हे पुस्तक तुम्ही वाचलंत,
तर तुम्ही स्वत:ला समजू शकाल.

ह्या पुस्तकावर तुम्ही विचार केलात,
तर तुम्ही स्वत:ला आवडू लागाल.

तुम्ही तुमच्या मनात हे पुस्तक ठसवलंत,
तर तुम्ही स्वत:वर प्रेम करू लागाल.

तुमचा मित्र – तत्त्वज्ञ – आणि मार्गदर्शक हजर आहे...

स्वत:ला बघण्यासाठी तुमच्यासाठी आरसा–
मूल्यमापन करा, तुम्ही खरोखर यशस्वी आहात?

अयशस्वी लोक काय करतात, वाचा
म्हणजे तुम्ही तसं करणार नाही.

अयशस्वी लोक कसा विचार करतात, वाचा
म्हणजे तुम्ही तसा विचार करणार नाही.

अयशस्वी लोक कसे असतात, वाचा
म्हणजे तुम्ही तसे होणार नाही.

चला तर!
उठा! कामाला लागा!
तुमचा मित्र, तत्त्वज्ञ आणि मार्गदर्शक हजर आहे!

आपल्या स्नेहीजनांना पुस्तके भेट द्या

चला! उठा! कामाला लागा!

लेखक

स्वाती व शैलेश लोढा

अनुवाद

अंजनी नरवणे

मेहता पब्लिशिंग हाऊस

COME ON
GET SET GO... by SWATI & SHAILESH LODHA

Translated into Marathi Language by Anjani Naravane

चला! उठा! कामाला लागा! / व्यक्तिमत्त्व विकास

अनुवाद : अंजनी नरवणे

Email : author@mehtapublishinghouse.com

प्रकाशक : सुनील अनिल मेहता, मेहता पब्लिशिंग हाऊस,
१९४१, सदाशिव पेठ, माडीवाले कॉलनी, पुणे – ४११०३०.

मुद्रक : ट्रिनिटी अॅकॅडमी फॉर कॉर्पोरेट ट्रेनिंग लिमिटेड

मुखपृष्ठ : चंद्रमोहन कुलकर्णी

प्रकाशनकाल : ऑगस्ट, २००५ / ऑगस्ट, २००६ / एप्रिल, २००७ /
मे, २००९ / ऑक्टोबर, २०१० / जुलै, २०१३ /
पुनर्मुद्रण : जानेवारी, २०२०

किंमत : ₹ १९५

P Book ISBN 9788177665703
E Book ISBN 9789353174026
E Books available on : amazonkindle Apple Books Google Play Books

---

आम्हा दोघांचे आई-वडील

श्रीमती शोभा – श्री. शामसिंग लोढा,

श्रीमती विमला – डॉ. महेंद्र भंडारी

आणि

स्वरा

ह्यांना–

अनुक्रमणिका

✆ +91 020-24476924 / 24460313 / Mob. No. 9545000513
Email : production@mehtapublishinghouse.com
Website : www.mehtapublishinghouse.com

हे प्रकरण न वाचता हे पुस्तक वाचू नका

पुढचं वाक्य वाचल्यावर डोळे मिटा.

एका मिनिटात जितके चेहरे डोळ्यांसमोर आणता येतील, तितके आणा.

किती चेहरे पाहिले तुम्ही?

तुम्ही तुमच्या आई-वडिलांचे, भावंडांचे किंवा नातेवाईकांचे चेहरे बघितलेत?

तुम्ही स्वत:ला बघितलंत?

कदाचित कोणा स्नेह्यांचे किंवा शेजाऱ्यांचे चेहरे तुमच्या मनात तरळले असतील.

कोणा खूप मोठ्या व्यक्तींचे किंवा प्रसिद्ध व्यक्तींचे चेहरे दिसले तुम्हाला?

ठाऊक आहे मला, तुम्ही अजून डोळे मिटलेलेच नाहीत!

चला पाहू! मिटा ते डोळे आणि तुम्ही ओळखता असे अनेक चेहरे डोळ्यांसमोर आणा.

आता पुन्हा डोळे बंद करा आणि जितकी वेगवेगळी दृश्यं डोळ्यांसमोर आणता येतील तितकी आणा.

मला ठाऊक आहे, हे विचित्र वाटतंय. तुम्हाला वाटत असेल, "चाललंय काय?"

चला आता, मिटा डोळे, आणि स्वत:चं प्रतिबिंब डोळ्यासमोर आणा.

काय बघितलंत तुम्ही?

काहीच नाही?

स्वत:ची काही प्रतिबिंबं बघितलीत तुम्ही?

तुम्ही स्वत:चं आनंदी, यशस्वी हसरं, मजेत असणारं प्रतिबिंब बघितलं असेल. कदाचित तुम्ही स्वत:ला बेजार, गोंधळलेलं असं पाहिलं असेल. तुम्ही स्वत:ला कसंही बघितलं असलंत, तरी एक गोष्ट निश्चित. दुसऱ्यांची प्रतिबिंबं नजरेसमोर आणणं सोपं असतं. स्वत:ला नजरेसमोर आणणं खूप अवघड असतं.

इतरांकडे बघणं आपल्याला सोपं जातं, त्यांच्याबद्दल आपण मतं बनवू शकतो, कारण इतरांचा निवाडा करायला आपल्याला खूप आवडतं. इतरांवर प्रेम करायला

दुसऱ्यांची प्रतिबिंबं नजरेसमोर आणणं सोपं असतं. स्वतःला नजरेसमोर आणणं खूप अवघड असतं.

आवडतं. इतरांचा द्वेष करायला आवडतं. पण स्वत:चा विचार करायची वेळ आली, की ते अवघड वाटतं. स्वत:बद्दल मत कसं बनवणार? स्वत:बद्दल स्वच्छ आणि निष्पक्ष मत कसं ठरवणार?

आपल्या खिडकीतून बाहेर बघायला आपल्याला खूप आवडतं. पण आपल्या आत डोकावून बघायला आपण विसरतो. शेजाऱ्यांच्या दारातून आत बघायला आपल्याला खूप आवडतं, पण आपल्या स्वत:च्या मनाची दारं उघडायला मात्र आपण विसरतो!

आपल्या डोळ्यांना आपल्या मनात डोकवायचं नसतं, कारण ते काम गुंतागुंतीचं आहे आणि म्हणून आपल्याला त्यातून सुटका करून घ्यायची असते!

थांबा!

दुसऱ्यांबद्दल आता चुकीची मतं बनवू नका. स्वत:पासून दूर पळण्याची वृत्ती ठेवू नका.

आपण कसे आहोत, ते नीट समजून घ्या आणि इतर लोक खरे कसे आहेत, तेही लक्षात घ्या.

आमच्या कार्यशाळेत भाग घेणाऱ्यांबरोबर आम्ही एक परीक्षण केलं. भाग घेणारे तीस ते पस्तीस ह्या वयोगटातले होते. फक्त का टेलिव्हिजन खेरीज आत काहीही नसलेल्या, स्वतंत्र, बंद खोल्यांमध्ये दोन तास घालवायचे, हे काम त्यांनी करायचं होतं (छुपे व्हिडिओ कॅमेरे त्या खोल्यांना लावलेले होते). भाग घेतलेल्या साठ विद्यार्थ्यांच्या परीक्षणातून वेगवेगळ्या लोकांच्या प्रतिक्रिया कशा असतात, ते दिसून आले.

(अ) जे लोक काय करावे ह्याचा विचार करत खोलीत बसून राहिले होते, ते खोलीत फेऱ्या मारत होते आणि बराचसा वेळ घड्याळाकडे बघण्यातच घालवत होते. *त्यांनी खिडक्याही उघडल्या नाहीत. नंतर त्यांना विचारले, तेव्हा ते म्हणाले, की ते फक्त दोन तास संपण्याची वाट पहात होते. हे परीक्षण कशासाठी असावं, ह्याचा त्यांनी फारसा विचार केला नव्हता.*

(ब) जे टीव्हीचे चॅनल्स बदलत बसले होते, त्यांना कुठलाच विशिष्ट चॅनल बघावासा वाटला नाही. ते काहीच ठरवू न शकता, चॅनल्स बदलत राहिले.

नंतर त्यांना विचारलं तेव्हा त्यांच्या तोंडून असं निघालं की त्यांना हा प्रयोग कंटाळवाणा वाटला. एकजण असंही म्हणाला, की त्याचा वेळ अगदी वाया गेला.

(क) ह्यांनी मजेत टेलिव्हिजन बघितला आणि मग ते खूष होऊन झोपून गेले.

नंतर त्यांना विचारलं तेव्हा त्यांनी सांगितलं की त्यांचा वेळ छान गेला होता. औद्योगिक क्षेत्रात काम करणारा एक अधिकारी म्हणाला, ''मी बहुतेक वेळ माझ्या ऑफिसमधे कामात व्यग्र असतो, त्यामुळे मला टीव्हीही बघता येत नाही किंवा धड झोपही काढता येत नाही. मी मजेत टीव्ही बघितला आणि अपुरी झोप भरून काढली.'' परीक्षणामधे किंवा प्रयोगामधे त्यांनी काहीही रुची दाखवली नाही. त्यांचा निष्कर्ष असा होता की ''अशा परीक्षणांना काहीही अर्थ नसतो''.

(ड) जे फारच थोडे जण खिडकीपाशी बसले, त्यांनी थोडे टीव्ही कार्यक्रम बघितले आणि खिडकीतून इतरांशी संपर्क साधण्याचा प्रयत्न केला.

नंतर त्यांना विचारलं, तेव्हा त्यांनी प्रथम आमच्या परीक्षणाविषयी विचारलं. मग त्यांनी वेळ कसा घालवला ह्याचं वर्णन केलं.

एका खोलीत टीव्ही सेटवर बसलेल्या धुळीत बोटानं कोणीतरी एक छोटीशी कविताही लिहिली होती!

पहिल्या विभागाविषयी : ह्या लोकांच्या आयुष्याला काही दिशाच नसते. ते त्यांची बुद्धी किंवा मन कशाचाच उपयोग करत नाहीत. ह्यांना अनुभवानं काहीच न शिकणारे अपयशी लोक म्हणता येईल.

दुसऱ्या विभागाविषयी : ह्या लोकांना काहीच आवडत नाही, पण ते आव असा आणतात, की त्यांना कशाचंच महत्त्व वाटत नाही. ह्यांना कृत्रिमपणे वागणारे अपयशी लोक म्हणता येईल.

तिसऱ्या विभागाविषयी : हे लोक स्वत:ला सर्वात जास्त महत्त्व देतात, आणि इतरांनीही द्यावे अशी अपेक्षा ठेवतात. ह्यांना दिखावू यशस्वी लोक म्हणता येईल.

शेवटच्या विभागाविषयी : हे लोक सर्जनशील असतात, ते नवे नवे प्रयोग करत राहातात आणि जगण्याचे नवे मार्ग शोधत राहातात. हे खरे यशस्वी लोक म्हणता येतील.

एका चढाच्या रस्त्यावर एक सायकलरिक्षावाला रिक्षा चालवत वर जाण्याचा प्रयत्न करत होता. बराच चढ होता आणि वारा उलट दिशेनं वहात होता. त्याला धाप लागली होती आणि तो तसाच धडपडत होता. एक माणूस त्याच्या शेजारून त्याच्याकडे काहीही लक्ष न देता पुढे गेला. तो माणूस भोवतालच्या कोणाकडेही लक्ष न देता हळूहळू चालत होता.

दुसरा एक मनुष्य पाठीमागून आला, त्यानं रिक्षावाल्याकडे एकदा बघितलं आणि तो पुढे गेला. त्याला दखल घेण्याची जरूरच वाटली नाही.

एक माणूस सळसळत्या उत्साहानं धावत आला आणि म्हणाला, ''खूप प्रयत्न कर. तू प्रयत्न करत राहिलास, तर यशस्वी होशील.'' रिक्षावाल्याला उत्तेजन दिल्याचं चांगलं काम केल्याच्या समाधानानं तो भराभरा पुढे गेला.

एकाएकी दोन हात पुढे आले आणि त्यांनी रिक्षा दुसऱ्या बाजूनं धरली. काही सेकंदामधेच रिक्षा चढ चढून वर पोचली. आणि ते हात बाजूला झाले. मदत करणारा मुकाट्यानं निघून गेला.

तुम्ही मनात आणलंत तर तुमच्यात चांगले बदल घडवून आणण्याची हीच वेळ आहे.

असे प्रसंग आणि अशी माणसं तुम्ही पाहिली असतील. तुमच्या ओळखीचे कितीतरी लोक असतात आणि त्यातला प्रत्येकजण ह्यातल्या कुठल्या तरी प्रकारात बसतो.

तुम्ही कुठल्या प्रकारात बसता?

तुम्ही हे पुस्तक वाचून संपवेपर्यंत तुमच्या ते लक्षात येईल.

हे पुस्तक ह्या चारही प्रकारच्या माणसांसाठी आहे. तुम्ही कुठल्या प्रकारात मोडता ते तुमच्या लक्षात तर येईलच पण इतर लोकांचेही तुम्हाला वर्गीकरण करता येईल.

हे पुस्तक तुम्ही आता हातात धरलं आहे, ते पूर्ण वाचायचं जर ठरवलंत, तर तुमच्यात चांगले, सकारात्मक बदल घडून येतील.

हे पुस्तक तीन प्रकारांनी तुम्हाला मदत करू शकेल.

१. ते तुमच्यासाठी **आरशाचे** काम करेल.

आपल्या आयुष्यातल्या वेगवेगळ्या टप्प्यांवर किंवा वेगवेगळ्या भूमिका पार पाडताना आपण ह्या चारही प्रकारात बसू शकतो.

ह्या पुस्तकाचा तुम्ही आरशासारखा उपयोग केलात तर तुमचा चेहरा जसा आहे तसा ते तुम्हाला दाखवेल.

हे पुस्तक वाचत जाल तसतसे तुम्हाला तुम्ही बऱ्याच पानांवर दिसाल. लक्ष देऊन वाचा, काळजीपूर्वक बघा आणि तुम्ही म्हणाल, ''अरे! हा तर मी!''

ह्या पुस्तकातली वेगवेगळी प्रकरणं तुम्ही वाचत जाल, तसतसे तुमच्या व्यक्तिमत्त्वातले कोणते दोष तुम्ही दूर केले पाहिजेत असं तुम्हाला वाटेल, त्याची यादी करत चला आणि कोणते गुण तुम्ही जोडावेत असं वाटतं, त्याचीही.

२. हे पुस्तक तुमच्यासाठी आयुष्याचं **मेन्यूकार्ड** होईल.

ग्राहक मेन्यूकार्ड बघून त्याच्या आवडीचे पदार्थ मागवतो. कधीकधी तो किंमतीचाही विचार करतो. ह्या पुस्तकात वेगवेगळ्या लोकांच्या गुणवैशिष्ट्यांचे बारकावे दिले आहेत. अमुक तऱ्हेनं वागलं तर किती किंमत मोजावी लागते, तेही दिलं आहे.

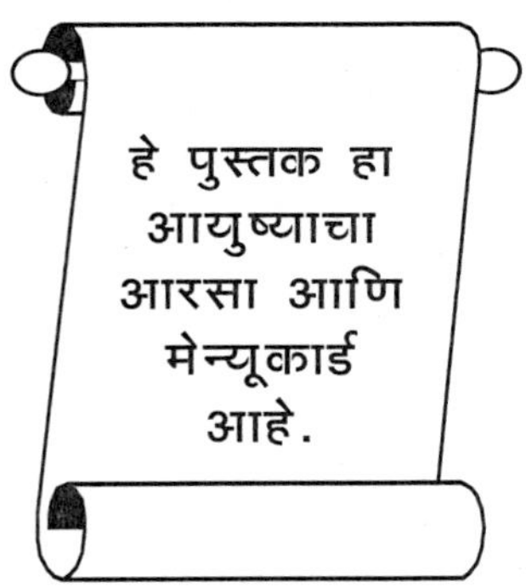

हे मेन्यूकार्ड तुम्हाला दोन तऱ्हांनी वाचता येईल. प्रथम, मेन्यूकार्डवरच्या गुणवैशिष्ट्यांशी सध्याची तुमची कोणती गुणवैशिष्ट्यं जुळतात हे बघून **तुम्ही खरे कसे आहात,** हे शोधून काढा.

दुसरं, यशाच्या तुमच्या व्याख्येत बसण्यासाठी जी चांगली गुणवैशिष्ट्यं **ह्यानंतरच्या तुमच्यात** असायला हवीत, ती सर्व मोजा. ह्या मेन्यूकार्डामध्ये वेगवेगळ्या ठिकाणी तुम्हाला थोडे थोडे तुम्ही सापडाल. स्वत:ला जाणून घेण्यासाठी केलेल्या प्रवासासारखा हा अनुभव असेल.

मेन्यूकार्डच्या ह्या प्रवासाला मार्गदर्शक असा तक्ता पुढे दिला आहे–

खरे यशस्वी लोक

मिळवा

प्रयत्न करा

मिळवा

प्रयत्न करा

मिळवा

प्रयत्न करा

मिळवा

जागच्या जागी राहणारे

दिखाऊ यशस्वी

प्रयत्न करा

अयशस्वी

काहीच न शिकणारे अयशस्वी — नशिबावर हवाला ठेवणारे

विशेष महत्त्व न वाटणारे — **कृत्रिम वागणारे अयशस्वी**

प्रत्येक बाबतीत नशिबावर जे हवाला ठेवतात ते **काहीच न शिकणारे अयशस्वी लोक** होतात.

यश, कीर्ती, कौतुक ह्यांबद्दल विशेष महत्त्व न वाटणारे **कृत्रिम वागणारे अयशस्वी लोक** होतात.

जे थोडा वेळ प्रयत्न करतात आणि काहीतरी मिळवतात, मग त्यांना असे वाटते की एक उपलब्धी मिळणं पुरेसं आहे, ते जागच्या जागी राहातात. त्यांची वाढ खुंटते आणि ते **दिखाऊ यशस्वी लोक** होतात.

फारच थोडे लोक, जे प्रयत्न करत राहाणे व मिळवत राहाणे ही त्यांची सवयच बनवतात, ते यशाच्या नव्या नव्या पायऱ्या चढत जातात आणि **खरे यशस्वी लोक** बनतात.

३. हे पुस्तक **तुमच्या मनाला पडलेली छिद्रे** शोधण्याला तुम्हाला उद्युक्त करेल.

प्रिय वाचक, चकचकीत पॉलिश केलेले बूट घातले की आपल्यातल्या बहुतेकांना छान वाटतं. आतल्या मोज्यांना पडलेल्या भोकांची आपण दखल घेत नाही.

त्याचप्रमाणे **आपल्या मनाला पडलेल्या छिद्रांचा** आपण विचार करत नाही. हे पुस्तक ती छिद्रे शिवून टाकायला तुम्हाला उत्साह देईल.

थोडक्यात म्हणजे, हे पुस्तक चार प्रकारच्या लोकांच्या स्वभाव वैशिष्ट्यांविषयी आहे.

काहीच न शिकणारे अयशस्वी	**कृत्रिमपणे वागणारे अयशस्वी**	**दिखाऊ यशस्वी**	**खरे यशस्वी**
त्यांची काही अपेक्षाच नसते.	ते चमत्कार घडेल याची वाट बघतात.	ते जे करतील, त्यालाच ते चमत्कार मानतात.	ते काम (चमत्कार नव्हे) घडवून आणतात.
'माझ्याच्यानं नाही होणार' असं ते म्हणतात.	'केलं किंवा न केलं तरी काही फरक पडणार नाही' असं ते म्हणतात.	'हे काय मी केव्हाही करू शकेन' असं ते म्हणतात, पण 'केव्हाही' कधी येतच नाही.	'मी करू शकेन' असं ते म्हणतात व करूनही दाखवतात.
कुठल्याही आदर्शांपासून दूर, ते स्वत:तच गुरफटून राहातात.	ते कोणी आदर्श असू शकतं, असं मानतच नाहीत.	ते स्वत:च आदर्श असल्याचा आव आणतात.	हे लोक खरे आदर्श मानावे असे असतात.
प्रश्न काय आहे हेच त्यांना कळलेलं नसतं.	ते प्रश्नांना सामोरं जाणं टाळतात.	प्रश्न काय आहे हे माहीत असूनही ते तो टाळतात.	सर्व प्रश्नांची उत्तरं शोधण्याचा ते प्रयत्न करतात.

प्रिय वाचक,

आयुष्यातल्या वेगवेगळ्या टप्प्यांवर किंवा वेगवेगळ्या भूमिकांमध्येही, तुम्ही ह्या चार प्रकारांपैकी कोणाताही असू शकता.

चारही प्रकारच्या लोकांबद्दल, त्यांच्या स्वभाववैशिष्ट्यांबद्दल माहिती करून घ्या. नकारात्मक स्वभाववैशिष्ट्यं दूर कशी करायची ते समजून घ्या. सकारात्मक वैशिष्ट्य अंगी कशी बाणवायची ते समजून घ्या.

वेगवेगळी वैशिष्ट्य वेगवेगळ्या प्रमाणात मिसळून 'मी' घडवा.

तुमची घडण चांगली होवो!

शुभेच्छा!

हे पुस्तक वाचायला तुम्हाला आवडो!

■

सुरुवात

आपला स्वभाव नकारात्मक असला, तरी आपल्याला सकारात्मक गोष्टी वाचायला व बघायला आवडतात.

वास्तवापासून दूर असलेले चित्रपट बघायला आपल्याला आवडतं कारण ते वास्तवापासून आपल्याला पळ काढू देतात.

माफ करा!

ह्या पुस्तकात अशी कोणतीही पळवाट नाही.

आपण आपल्यातल्या नकारात्मक गोष्टींपासून सुरुवात करूया.

तुम्ही यशस्वी कसं व्हावं याबद्दल हजारो सिद्धांत वाचले असतील.

अयशस्वी कोण, ह्याची व्याख्या तुम्ही कोठे वाचली आहे?

आपण प्रथम अपयशाबद्दल बोलूया.

अपयशाच्या व्याख्या वाचूया.

तुमच्या स्वभावातली अपयश देणारी वैशिष्ट्ये शोधूया, म्हणजे ती तुम्हाला सुधारता येतील.

अयशस्वी होण्याच्या लायकीचे लोक : मनानं लाकडी पुतळ्यासारखे असणारे—

माझ्या टेबलावरचा फोन वाजला. माझा मदतनीस निखिलेश ह्यानं मला सांगितलं की एका मुलाला मला भेटायचं होतं.

एक प्रशिक्षक ह्या नात्यानं रोज मी अनेक विद्यार्थ्यांना आणि व्यावसायिकांना भेटते.

पण निखिलेश बोलत होता तेव्हा त्याच्या आवाजात एक वेगळाच नापसंतीचा सूर होता. बोलत असताना तोंड कडवट व्हावं, तसा.

मी क्षणभर घोटाळले.

''पाठव आत त्याला'' नेहमीच्या सवयीनं मनातले विचार झटकून टाकत मी सांगितलं.

दार जोरात ठोठावलं गेलं, मग एक डोकं आत डोकावलं. ''येऊ का आत?'' प्रश्न फेकला गेला होता.

''हो.'' मी म्हटलं.

माझ्या कपाळावर पडलेली आठी मला जाणवत होती.

''कृपा करून बूट बाहेर काढून ठेवा. तिथे नोटीस लावलेली आहे तशी.'' पॉलिश नसलेले बूट घालून तो कार्पेट घातलेल्या खोलीत शिरला, तेव्हा मी त्याला सांगितलं (आमच्या ऑफिसमध्ये बूट घालून आत यायला कोणालाही परवानगी नसते. ऑफिसमध्ये वापरायला आम्हीही तेथे वेगळे बूट ठेवतो).

''काढलेच पाहिजेत का?'' आळसावल्या आवाजात तो म्हणाला. तोंडातला च्यूइंग गम बाहेर दिसत होता.

''हो.'' मी स्पष्टपणे म्हटलं.

बूट काढून ठेवून तो पुन्हा आत आला, एक खुर्ची ओढून घेऊन धप्‌दिशी त्यात बसला.

टीका आणि टिंगल करत असेल तशा आवाजात त्यानं विचारलं, ''काय

शिकवता तुम्ही इथं?''

''आम्ही शिकवत नाही. परस्पर चर्चांच्या कार्यशाळांमधून आम्ही येणाऱ्यांना प्रशिक्षण देतो.''

''म्हणजे तेच ते.'' खुर्चीत ऐसपैस पाय पसरून बसत, ऑफिसच्या भिंतींकडे बघत तो म्हणाला, ''ऐकलंय् मी असल्या संस्थांबद्दल. काय प्रोग्रॅम असतो तुमचा?''

''बरं, पण आधी तुमचं नाव तर सांगा!'' मी म्हटलं.

''कौशल. मी तेवीस वर्षांचा आहे. ऑटोमोबाइल इंटस्ट्रीमध्ये मला खूप अनुभव आहे. रोज किती तरी लोक भेटतात मला. ह्या शहरातल्या सगळ्या बड्या लोकांना ओळखतो मी. आमच्या शोरूममध्ये बरेचदा येतात ते.'' (तो खरं म्हणजे गाड्यांसाठी कर्ज देणाऱ्या कंपनीत काम करत होता. विशेषत: सेकंडहँड गाड्यांसाठी. हे त्यानं नंतर सांगितलं).

''शिक्षण किती झालंय् तुझं?''

''ओ! ह्या शिक्षणपद्धतीची अगदी चीड आहे मला. अत्यंत कंटाळा आणणारी. आणि आमचे शिक्षक अतिशय पक्षपात करायचे. माझ्याकडे लक्षच द्यायचे नाहीत. आणि इतर विद्यार्थी माझा मत्सर करायचे म्हणून मग मी शाळा सोडूनच दिली.''

(खरं असं होतं, की तो बारावीत दोनदा नापास झाला होता. ते त्यानं नंतर कबूल केलं).

''तुला आमच्या कार्यशाळेत का यायचंय?''

''जरा बदल म्हणून. संध्याकाळी मोकळा असतो मी. तो वेळ मी इथं घालवेन.'' त्यानं बेपर्वाईनं उत्तर दिलं (खरं म्हणजे त्याला दुसरी नोकरी शोधायची होती, पण त्या शोधण्यालाही काही दिशा नव्हती).

जरा नाखुषीनंच तो कार्यशाळेत येऊ लागला. तो सारखा टीका करत राहायचा. त्याला असुरक्षित वाटायचं असं दिसत होतं. हळूहळू आमच्या कार्यशाळेतल्या प्रशिक्षणानं त्याच्यात बदल झाला आणि तो मोकळेपणानं बोलू लागला.

सुरुवातीला,
त्याचा स्वत:मध्ये विश्वास नव्हता,
तो प्रत्येक गोष्टीची आणि माणसाची टीका करायचा,
त्याचे जे प्रश्न होते ते त्यानं कधी कबूल केले नाहीत,
त्याला अमुक असं काही मिळवायची इच्छा नव्हती,
त्याच्या आयुष्याला काही ध्येय नव्हतं.

त्याहूनही जास्त वाईट म्हणजे तो स्वतःलाही ओळखत नव्हता,
आणि तसं ओळखून घेण्याचा त्यानं कधी प्रयत्नही केला नाही.
उघडच होतं, की तो अयशस्वी होता.
पण त्याला त्याची जाणीवच नव्हती.
ती जेव्हा झाली, तेव्हा त्याला बदलावंसं वाटलं.

माझ्या कॉलेजमधले एक प्रोफेसर अत्यंत हुशार होते आणि बिझिनेस मॅनेजमेंटमधील त्यांच्या ज्ञानाला तोड नव्हती. आम्हाला त्यांच्या विद्वत्तेचं कौतुक वाटायचं आणि त्यांच्या ज्ञानाच्या सखोलतेची कमाल वाटायची. पण ते क्वचितच वर्गात शिकवायला यायचे. आणि जेव्हा यायचे तेव्हा थोडी मिनिटं शिकवून ते निघून जायचे. ज्या विद्यार्थ्यांना त्यांच्या हाताखाली गृहपाठ (assignments) करायचे असत, ते तक्रार करत असत, की त्यांनी लिहून आणलेली उत्तरं कधीच वेळेवर तपासलीच जात नसत. ती तपासून मिळण्यासाठी त्यांना नेहमीच वाट बघावी लागायची.

त्यांची हुशारी प्रचंड होती,
त्यांचं ज्ञान असामान्य होतं,
पण त्यांचा आळशीपणाही प्रचंड होता आणि दृष्टिकोन कमालीचा उदासीन वाटेल असा होता.
त्यांच्यात जी कुवत होती, ती ते वापरू शकत नव्हते.
तेही अयशस्वीच होते.
आणखी वाईट असं, की त्यांना त्याची जाणीव होती आणि तरीही त्यांची बदलण्याची इच्छा नव्हती.

माझा हा विद्यार्थी काहीच न शिकणारा अयशस्वी होता, तर माझे प्रोफेसर हे कृत्रिमपणे वागणारे अयशस्वी होते.

यशाच्या शेकडो व्याख्या तुम्ही वाचल्या असतील, पण अपयशाची व्याख्या कधी वाचली आहे?

आपलं ध्येय हासिल करणं म्हणजे यश मिळवणं असेल, तर ध्येयापर्यंत पोचू न शकणं म्हणजे अपयश का?

यशाचा अर्थ जर ढीगभर पैसे मिळवणं असेल किंवा प्रसिद्धी मिळवणं असेल, तर अपयशी असणं म्हणजे गरीब असणं किंवा गर्दीतला एक सामान्य माणूस असणं का? नक्कीच नाही.

यशाचा अर्थ ढीगभर पैसे मिळवणं किंवा प्रसिद्धी मिळवणं असेल, तर अपयशी असणं म्हणजे गरीब असणं किंवा गर्दीतला एक सामान्य माणूस असणं का?

अपयशी असणं म्हणजे आपलं ध्येय हासिल करण्याचा प्रयत्न न करणं किंवा ध्येयच नसणं.

अपयश म्हणजे स्वप्नांचा चक्काचूर होणं नव्हे, अपयश म्हणजे मोठाली स्वप्नंच न बघणं.

अपयश म्हणजे आयुष्य जगण्याची इच्छा न धरता, ते नुसतं घालवत राहाणं, जी माणसं स्वत:ला असहाय्य, जीवन पटावरची प्यादी समजतात ती **काहीच न शिकणारी अयशस्वी माणसं** असतात. जी माणसं आपण सामान्यांपेक्षा परिस्थिती आणि भावना दोन्हीमध्ये वरचढ आहोत असं दाखवतात, ती **कृत्रिमपणे वागणारी अयशस्वी** माणसं असतात.

अर्थात् ह्या नुसत्या व्याख्या झाल्या.

तुमच्या भोवताली बघा आणि शोधा, अशी माणसं कुठली?

काहीच न शिकणारे अयशस्वी : मनानं लाकडी पुतळ्यासारखे असणारे

> **"माझा भूतकाळ, वर्तमानकाळ, भविष्यकाळ सारखाच असतो."**
>
> – काहीच न शिकणारे अयशस्वी

अशा स्थितीत असणारे लोक केवळ जिवंत असतात एवढंच. ते अशा तऱ्हेनं जगतात कारण दुसरं काही त्यांना येतच नसतं.

काळ पुढे जाणारच, तसा तो जातो, पण हे लोक पुढे जात नाहीत. त्यांच्या आयुष्यात बदलतात फक्त वर्षं. बाकी सगळं जागच्या जागीच असतं. काळ त्यांना

पुढे सरकवत असतो आणि ते त्यांच्या अंतकाळाकडे वाटचाल करत राहातात, ते काळानं ढकलल्यामुळं. त्यांच्याकडून काहीच प्रयत्न, उत्साह, हालचाल नसते. दुसऱ्या शब्दात सांगायचं, तर ही माणसं चालते बोलते पुतळे असतात म्हणजे शरीरानं हालचाल करणारे आणि मनानं निर्जीव असणारे.

> **हे चालते बोलते लाकडाचे पुतळे असतात म्हणजे शरीरानं हालचाल करणारे आणि मनानं निर्जीव असणारे.**

त्यांचा दृष्टिकोन नैराश्यपूर्ण असतो. त्यांच्या नैराश्याचा संसर्ग भोवतालच्यांनाही होतो. त्यांच्या हे लक्षात येत नाही, की मी हार मानणारा आहे, अशी ते स्वत:ची जाहिरात करत असतात.

ते इतरांवर अवलंबून राहाणारे असतात. जे पहिल्या प्रथम समोर येईल, त्यावर ते विसंबतात. त्यांना असंच वाटतं, की सारं काही इतरांवर अवलंबून असतं, त्यांच्यावर काहीच अवलंबून असू शकत नाही. स्वत:ला ते 'नगण्य' समजतात.

प्रिय वाचक, तुम्ही जर भोवताली बघितलंत, आणि स्वत:च्या अंतरंगातही, तर ह्या वर्णनाच्या छटा तुम्हाला सापडतील. बघा भोवताली.

नीट विचार करा.
तुमच्या आत काहीच न शिकणारा अयशस्वी आहे?

जे लोक तुम्हाला रोज किंवा बरेचदा भेटतात, त्यांची मनातल्या मनात यादी करा. तुमच्या कुटुंबातले लोक वगळले, तर साधारणपणे तुम्हाला ही माणसं भेटतात–

(अ) घरी तुमच्याकडची कामवाली बाई, दूधवाला, धोबी, माळी, पोस्टमन इ. भेटतात.

(ब) कामाच्या ठिकाणी भेटतात तुमचे सहकारी, मित्र, वरिष्ठ, कनिष्ठ, ऑफिसमधले नोकर, पट्टेवाले इ.

(क) तुम्हाला तुमचे शेजारी, दुकानदार आणि टीव्ही किंवा चित्रपटातली आवडती व्यक्तिचित्रंही भेटतात.

ह्यांपैकी बरीच माणसं तुमच्याभोवती बरेच दिवस असतील. जरा विचार करा की त्यांच्यातली कितीजणं व्यक्तिगत आयुष्यात समाजात आणि धंद्यातील प्रगतीत होती तिथेच राहिलेली आहेत?

अशी माणसं सगळीकडेच असतात. पुढे दिलेली वैशिष्ट्यं समजल्यावर अशी माणसं चटकन ओळखणं तुम्हाला सोपं जाईल, आणि ती वैशिष्ट्यं तुमच्यामधेही असतील तर तुम्ही अयशस्वी होणं शक्य आहे असं आम्हाला वाटतं–

- टीका करत राहाणं
- तक्रार करत राहाणं
- LKK Syndrome
- विश्वासाचा अभाव
- प्रश्नांचा डोंगर
- निष्कारण, नकारात्मक वटवट लावणे
- स्वत:ची नेहमी कीव करणे

ह्यातल्या काही सवयी तुम्हाला असतील, तर सांभाळा.

काहीच न शिकणाऱ्या अयशस्वी लोकांमधे ह्यातल्या काही सवयी दिसून येतात.

१. टीका करत राहाणं

आपण सगळेच कधी कधी टीका करतो, पण काही न शिकल्याने अयशस्वीच राहाणारे लोक नेहेमीच टीका करतात.

गुलाबांना नेहेमीच काटे असतात, तशी टीका करण्याची सवय सर्व माणसांमधे असते. टीका हा एक जाहीरनामाच असतो. एखाद्या वस्तू, प्रसंग किंवा व्यक्तीबद्दल ते नकारात्मक भाष्य असतं.

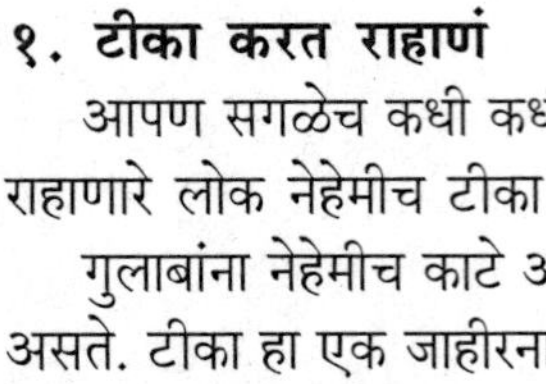

नीट विचार करा.
तुमची टीका सकारण आणि
सकारात्मक असते का?

नकारात्मक गोष्टींनीच आपलं आयुष्य जास्त भरलेलं असतं, तसंच कौतुकापेक्षा टीका जास्त असते.

आपलं वागणं चुकतं किंवा आपण कामात चूक करतो तेव्हा इतरांना ते पसंत पडत नाही, पटत नाही आणि म्हणून ते टीका करतात.

आपण जेव्हा चांगलं काम करतो, विशेष काहीतरी करून दाखवतो, तेव्हा इतरांना मत्सर वाटतो आणि न्यूनगंड येतो म्हणून ते ताबडतोब आपले दोष शोधू लागतात आणि मग टीका करतात.

टीका चार प्रकारांची असू शकते :-

(अ) सकारण (ब) अकारण (क) नकारात्मक (ड) सकारात्मक

(अ) **सकारण किंवा योग्य टीका** म्हणजे मुद्द्याला धरून असणारी टीका. ती योग्य वेळी, स्वच्छ शब्दात, ठोस आणि नेटकेपणानं केलेली असते. मुद्दा सोडून घोळ घातलेला नसतो.

(ब) **अकारण किंवा अयोग्य टीका** ही मुद्द्याला सोडून केलेली असते. ते शब्दांचं न संपणारं जंजाळ असतं; वणव्यासारखं पसरतं. तरुण मुलांचा एक कंपू चोरीच्या संदर्भात पकडला गेला तर सर्व तरुण पिढीचं नैतिक स्खलन झालेलं आहे असं म्हणून मोकळं होणं, हे एक उदाहरण.

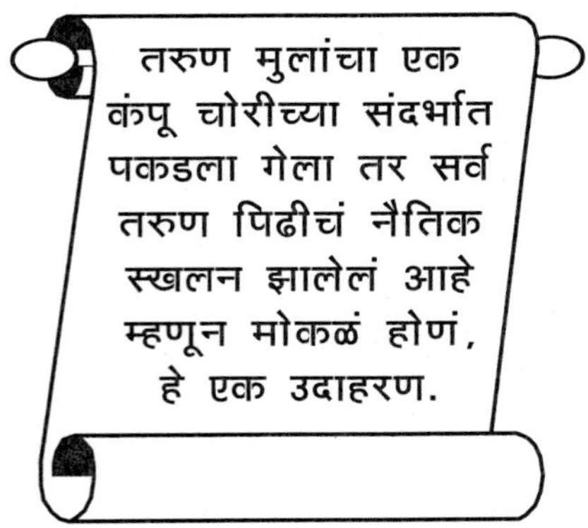

(क) **नकारात्मक टीका** अतिशय प्रखर असते. ती दुखावते, खरोखरीच दुखावते. टीका करणाऱ्याला आपल्या भावना व्यक्त केल्यावर मनानं हलकं वाटतं, पण ज्याच्यावर टीका केली गेली त्याच्या मनावर दडपण येतं.

योग्य आणि सकारात्मक टीका ह्या फायदेकारक असतात पण काहीच न शिकल्याने अपयशी असणाऱ्या व्यक्तींमध्ये त्यांचा अभाव असतो.

(ड) **सकारात्मक टीका** निरोगी असते. समोरच्या व्यक्तीचा अपमान न करता ती विचार व्यक्त करते. काय चूक वाटलं, वाईट आहे असं वाटलं, ते स्वीकार्य शब्दात सांगितलं जातं.

योग्य आणि सकारात्मक टीका ह्या फायदेकारक असतात पण काहीच न शिकल्याने अपयशी असणाऱ्या व्यक्तींमध्ये त्यांचा अभाव असतो.

माझ्या कार्यशाळेत भाग घेतलेल्या एका मुलाने ही गोष्ट सांगितली. तो आठ वर्षांचा असताना त्याचे आई-वडील विभक्त झाले होते. तो आजी-आजोबांबरोबर चार वर्षे राहिला. अभ्यासात तो हुशार होता. आजी-आजोबांच्या लाडानी त्याला वागण्याची पद्धत राहिली नाही, तो बेजबाबदार आणि आळशी झाला. तो तेरा वर्षांचा असताना त्याला बोर्डिंग स्कूलमध्ये पाठवण्यात आले. त्याची अभ्यासातली बेताची गती, त्याचा चिडचिडा स्वभाव आणि आळशीपणा यांमुळे सुरुवातीला तो

एकटा पडत असे. कोणाशी मैत्री करण्याऐवजी तो भांडणं उकरून काढत असे. त्याच्या मनात दबलेला राग काढण्यासाठी तो सापडतील त्या पुस्तकांमधली पानं फाडून काढत असे.

एकदा रात्री उशिरा तो हॉस्टेलमधल्या त्याच्या खोलीतून बाहेर आला. तो व्हरांड्यात नुसता येरझारा घालत होता. जिन्याच्या पायऱ्यांपाशी त्याचा एकाएकी तोल गेला आणि तो जिन्यावरून गडगडत खाली आला. जिन्याच्या कडेनं ओळीनं ठेवलेल्या बऱ्याचश्या कुंड्याही त्याच्याबरोबर खाली आल्या. रात्रीची शांतता भंग करणारा तो आवाज होता. त्याला दुखापतीही झाल्या होत्या.

दुसऱ्या दिवशी :

"हा नालायक आहे. अति लाडावलेला आहे. काहीच त्याला धड करता येत नाही. स्वतः कुचकामी आहे आणि सगळीकडे विचका करून ठेवतो. असंच पाहिजे ह्याला!" – त्याच्या वर्गातला एक मुलगा म्हणाला.

"तो विभक्त कुटुंबातला आहे, त्याची मनोदशा नेहमी नकारात्मक आणि विद्ध्वंसकच असते. ह्याला कारण त्याची परिस्थिती आहे, त्याच्या आयुष्यातल्या दुर्दैवी घटना आहेत." त्याचे वर्गशिक्षक म्हणाले.

"तुम्ही लोक बघाच. इतका बेजबाबदार मुलगा आहे हा, त्याच्या निष्काळजीपणाचा शाळेला खूप भुर्दंड बसणार आहे. अजून तर कुठे सुरुवात आहे." – सफाई कामगार म्हणाला.

"तो असा आहे त्याला काही प्रमाणात त्याची परिस्थिती जबाबदार आहे, पण त्यानं त्याचं भांडवल करू नये. इथून पुढे त्यानं सांभाळून रहायला शिकलं पाहिजे. त्याची हुशारी त्याच्या वागण्यातून जास्त दिसून आली पाहिजे." – शाळाप्रमुख म्हणाले.

म्हणजे, प्रत्येकानं त्या मुलावर टीका केली. त्यांच्या टीकांबद्दल तुम्हाला काय वाटतं? बघूया.

वर्गातला मुलगा जे म्हणाला ते चूक होतं आणि नकारात्मकही होतं. ते त्याचं मत असण्यापेक्षा आधी ठरवून टाकून मग केलेला जाहीरनामा होता.

वर्गशिक्षकांचं म्हणणंही बरोबर नव्हतं पण सकारात्मक होतं. कुंड्या फुटण्याचा त्याचं कुटुंब विभक्त असण्याशी काहीच संबंध नव्हता.

सफाई कामगाराची टीका बरोबर होती पण नकारात्मक होती. तो निष्काळजी आहे, हे त्याचं म्हणणं बरोबर होतं, पण त्यानं केलेली भविष्यवाणी न्याय्य नव्हती.

शाळाप्रमुखांची टीका बरोबरही होती आणि सकारात्मकही. त्यांनी त्या विद्यार्थ्याला झालेल्या अपघाताबद्दल जबाबदार धरलं, पण त्याच्या मानसिक स्थितीचाही विचार केला. ही प्रतिक्रिया समतोल होती.

जे स्वत: काहीच न शिकणारे अयशस्वी लोक असतात, त्यांची टीका असते नकारात्मक, पण बेमालूम सफाईनं केलेली असते. अशी टीका बहुतेकदा अयोग्य असते.

एखाद्या व्यक्तीची एखादी सवय टीका करण्यासारखी असेल, तर ते त्या व्यक्तीला पूर्णपणेच कुचकामी ठरवून मोकळे होतात.

काही न शिकणाऱ्या अयशस्वी लोकांच्या वृत्तीतच कडवटपणा असतो.

ते सर्व गोष्टींचीच सदैव टीका करत राहातात. काहीही झालं, तरी ते टीकाच करणार, त्यामुळे त्यांची टीका कडवट असते. पुढील संवाद वाचा :

सा. म. = सामान्य मनुष्य (नोकरी करणारा तरुण)
का. अ. = कायम अयशस्वी मनुष्य (वयस्क नातेवाईक)

सा. म. : ''माझा एम.बी.ए.चा अभ्यासक्रम आज पूर्ण झाला.''

का. अ. : ''हं! पण सध्या दिवस वाईट आहेत. कितीतरी सी.ए., डॉक्टर, एम.बी.ए. झालेली मुलं बेकार हिंडत आहेत.'' ***(ते असं न म्हणता, 'अभिनंदन!' म्हणू शकले असते.)***

सा. म. : ''मला एका बहुराष्ट्रीय कंपनीत नोकरी मिळाली आहे.''

का. अ. : ''चला, बरं झालं बुवा. ह्या बहुराष्ट्रीय कंपन्या नोकऱ्या देतात पटापट, पण तुमचं काम कसं आहे त्यावर फार अवलंबून असतं. त्यांचं साधारपणे हायर अँड फायर– ठेवा आणि काढून टाका– धोरण असतं.'' ***('वा:! फारच छान!' एवढंच ते म्हणू शकले असते.)***

सा. म. : ''मला प्रथम ट्रेनी ऑफिसर म्हणून बँकॉकला पाठवणार आहेत.''

का. अ. : ''बँकॉक? कॅसिनोज् आणि भिकार वस्तूंनी भरलेलं शहर आहे ते. लोक तिथं खरेदी करायला जातात आणि खरं म्हणजे बराच चोरटा व्यापार चालतो. राहाण्यासाठी काही चांगली नाही ती जागा. पण जे असेल ते, ठीक आहे. आता तुझ्या आईवडिलांना जरा विश्रांती मिळेल असं बघ. त्यांचं तारुण्य खर्च केलंय त्यांनी तुझं तारुण्य सुखाचं व्हावं म्हणून.

आता आईवडिलांना विसरून् जाऊन तिथं स्थायिक होऊन जाऊ नकोस. आजच्या तरुण पिढीला काही मूल्यं म्हणून नाहीत. अत्यंत स्वार्थी आहे ही पिढी, फक्त पैशाचा मोह आहे त्यांना.'' ***('छान संधी मिळालीय्, उत्तम काम कर',***

असं म्हणू शकले असते ते.)

तुम्ही ऐकलीयृत अशी संभाषणं पूर्वी?

जिथं प्रश्न नसतील, तिथं ते प्रश्न शोधून काढतात. लोकांचं मर्म शोधायला ते त्यांना खोचून बोलतात. त्यांचं कशानंही समाधान होत नाही.

प्रत्येक गोष्टीवर
टीका करू नका.

२. तक्रार करत राहाणं

काहीच न शिकणारी अयशस्वी माणसं प्रत्येक गोष्टीबद्दल आणि प्रत्येक माणसाबद्दल असंतुष्ट असतात. त्यामुळं तक्रार करणं हे त्यांचं मोठं शस्त्र असतं. **एक लक्षात ठेवा, तुम्ही जेव्हा सारा वेळ तक्रार करू लागता तेव्हा तुम्ही न शिकणारे अयशस्वी माणूस होता.**

तक्रारखोरपणाच्या अनेक छटा असतात :-

आपण निराश होतो,
तेव्हा आपण तक्रार करतो.

आपली कशाला तरी हरकत असते,
तेव्हा आपण तक्रार करतो.

लहान सहान गोष्टींनी आपण चिडतो,
तेव्हा आपण तक्रार करतो.

आपण व्यथित मनानं, आरडाओरडा करून किंवा रडवेल्या सुरात तक्रार करतो.

काहीच न शिकणाऱ्या अयशस्वी माणसांमधे ह्या सगळ्या छटा असतात.

तरुण तंत्रज्ञांसाठीच्या उद्योजकता विकास कार्यक्रमात अतिथी व्याख्याते म्हणून आम्हाला बरेचदा बोलावलं जातं.

अशा एका कोर्सच्या शेवटच्या दिवशी मी त्या ग्रुपला विचारलं, ''तुम्ही हा कोर्स का केलात?''

''मी नोकऱ्यांसाठी अर्ज केले आहेत आणि वाट बघत असताना वेळ घालवायला मी हा कोर्स करत आहे.'' पट्‌दिशी एक उत्तर आलं.

''मला वाटलं होतं की ते आम्हाला कर्ज मिळवून द्यायला मदत करतील, पण तसं काहीच झालं नाही.'' दुसरा म्हणाला.

''एकही सरकारी नोकरी मिळत नाहीये म्हणून मला वाटलं मी माझा स्वतःचा काही उद्योग चालू करेन, पण ते फार गुंतागुंतीचं आहे.'' ग्रुपमध्ये एकच मुलगी होती, ती म्हणाली.

मी ह्या उत्तरांचा विचार करत होते. ती खरं म्हणजे उत्तरं नव्हती, पण तक्रारी किंवा निराश प्रतिक्रिया होत्या.

मला माझ्याबरोबर मॅनेजमेंट कोर्स करत असलेल्या मेघाची आठवण झाली. आमचा कोर्स संपल्या संपल्या तिचं लग्न झालं आणि पुढे लवकरच तिला बाळ झालं. तिचा नवरा एका विदेशी बँकेत काम करत होता.

ती महत्त्वाकांक्षी होती, पण तिला तान्ह्या मुलीला सांभाळायचं होतं. त्या लहान शहरात तिला चांगलं पाळणाघर किंवा पूर्ण वेळची बाई मिळत नव्हती. त्यामुळे तिला नोकरी धरता आली नाही. घरी बसून निराश आणि हताश होण्यापेक्षा तिनं मार्ग

अपेक्षा ठेवू नका, स्वीकार करा.

शोधून काढला.

नवऱ्याच्या बँकेतल्या बारा लोकांसाठी ती घरी जेवण तयार करू लागली आणि पैसे मिळवू लागली.

''महत्त्व नुसतं पैशाचंच नाही. जेवणाचा मेन्यू तयार करणं, त्यासाठी सामान गोळा करणं, नवं काहीतरी बनवणं, थोडंसं काही तरी 'सरप्राइज' म्हणून देणं आणि लोकांकडून कौतुक होणं, ह्या सगळ्याचं महत्त्व आहे.'' तिनं मला ई-मेल पाठवली.

प्रगती करण्यामागचं रहस्य सुरुवात करणं हे आहे, पण अशी माणसं सुरुवातच करत नाहीत; कारण त्यांना वाटतं, ''सुरुवात केली आणि प्रगती झालीच नाही, तर?''

काहीच न शिकणारे अयशस्वी लोक आणि हे छोटं पण अर्थपूर्ण यश, ह्यातला फरक स्पष्ट दिसत होता.

प्रगती करण्यामागचं रहस्य सुरुवात करणं हे आहे, पण अशी माणसं सुरुवातच करत नाहीत; कारण त्यांना वाटतं, ''सुरुवात केली आणि प्रगती झालीच नाही, तर?''

माझं ऑफिस स्वच्छ करायला सुमारे पंचवीस वर्षांची एक विधवा मुलगी येत असे. ती माझ्याकडे कामाला लागली तेव्हा तिला लिहिता वाचता येतं असं तिनं मला सांगितलं होतं. मी तिला 'थोडा अभ्यास कर' म्हणून प्रोत्साहन दिलं, म्हणजे तिला पाचवीची परीक्षा देऊन पुढे हळूहळू दहावीची परीक्षा देता आली असती.

''मी नापास झाले तर? नको-नको, सगळी हसतील मला!'' ती म्हणाली.

''आपण गुपित ठेवूया हे!'' मी तिचं मन वळवायला म्हटलं.

''पण तरी त्यांना कळलं तर? माझ्या घरच्यांना आणि मुलांना आवडणार नाही!'' ती खूप घाबरून म्हणाली.

''बरं, मग मी तुला शॉर्टहँड आणि टायपिंग शिकवण्याची व्यवस्था करते. रोज दोन तास प्रॅक्टिस कर आणि बघच तू. तू तुझ्या घरच्यांसाठी आत्तापेक्षा जास्त पैसे मिळवशील.'' मी तिला दुसरी कल्पना सुचवली.

"दोन तास– म्हणजे किती वेळ? रोज कोण सांगेल मला दोन तास झाले असं?"

"जे तुला शिकवतील ना, तेच सांगतील. नाहीतर हे बघ, मी तुला घड्याळ देते." तिची निष्कारण भीती घालवण्याचा मी प्रयत्न करत होते.

"मला नाही घड्याळ बघता येत!" ती कावल्यासारखी म्हणाली.

"मी शिकवेन तुला घड्याळ बघायला." मी विषय संपवत म्हटलं.

दुसऱ्या दिवशी ती कामालाच आली नाही.

तिचं आयुष्य सुधारू शकतं हे तिला समजावण्यासाठी मी तिला वेगवेगळे मार्ग सुचवले. प्रत्येकाबद्दल तिनं वेगवेगळ्या अडचणी पुढे केल्या आणि शेवटी ती कामच सोडून गेली. निदान तिनं काम तरी करत राहायला हवं होतं असं मला वाटलं. पण तिला फक्त अडचणी पुढे करणंच माहीत होतं, म्हणून ती पळून गेली.

अशा तऱ्हेचे लोक खरोखर रडे असतात. बारीकसारीक गोष्टींबद्दल ते कुरकुरतात, बारीकसारीक अडचणी पुढे करतात आणि आयुष्यातल्या क्षुल्लक प्रश्नांभोवतीच त्यांचं आयुष्य फिरत राहातं.

काही न शिकणाऱ्या अयशस्वी लोकांची आवडती वाक्यं अशी असतात–

- **अशा परिस्थितीत काय करू शकणार आपण?**
- **लोक फायदा घेतात माझा!**
- **मी खूप प्रयत्न केला पण नशिबानं कधी हात दिला नाही.**
- **माझ्या आईच्या आजारपणामुळं मी ते करू शकलो नाही.**
- **हल्ली कोणावर तरी विश्वास ठेवता येतो का?**
- **मला संधी मिळाली असती, तर मी सुद्धा...**
- **ह्या समाजव्यवस्थेबद्दल आपण काही करूच शकत नाही.**
- **ह्या देशाची प्रगती होईल असं स्वप्नात तरी वाटतं तुम्हाला?**

आता मित्रांनो तुम्ही विचार करण्याची वेळ आली आहे...

३. LKK Syndrome (लोग क्या कहेंगेची भीती)

आयुष्यातल्या कुठल्या ना कुठल्या टप्प्यावर आपल्याला सगळ्यांना ह्या भीतीचा त्रास होतोच. लहान असतो तेव्हा मोठी माणसं आपल्याला 'लोग क्या कहेंगे'ची आठवण करून देत असतात. तरुण वयात आपल्या समाजातल्या स्थानामुळं आपल्याला लोक काय म्हणतील ह्याची काळजी वाटते. म्हातारपणी आपल्या मुलांना लोक काय म्हणतील अशी आपण काळजी करतो.

जे लोक स्वत:चा स्वत: विचार करू शकत नाहीत, त्यांना 'लोक काय म्हणतील' हा दुर्धर आजार होतो.

> **काहीही न शिकणारे अयशस्वी लोक 'लोक काय म्हणतील' ह्याचा विचार करण्यातच गुंतलेले असतात.**

हा आजार मनुष्याला संपूर्ण वेळ गुंतवून ठेवतो. काहीही न शिकणारे अयशस्वी लोक 'लोक काय म्हणतील' ह्याचा विचार करण्यातच गुंतलेले असतात.

काहीच न शिकणाऱ्या अयशस्वी लोकांना, लोकांनी कौतुक करणं हे फार महत्त्वाचं वाटतं, त्यामुळे त्यांना लोकांचं महत्त्व अतिशय वाटतं.

माझी मावशी माझ्या मावसभावाच्या लग्नात उत्साहानं नाचत होती. 'धोल थाली' वाजवण्याची (पारंपरिक राजस्थानी वाद्य) तिला मजा येत होती आणि तिच्या हालचालीही खूपच छान होत्या.

नंतर आम्ही एका पार्टीला गेलो आणि मी तिला माझ्याबरोबर नृत्यात भाग घ्यायला बोलावलं. ती घुटमळू लागली आणि मग म्हणाली, "अगं, आता अठ्ठेचाळीस वर्षांची आहे मी, इथं कशी नाचू? लोक काय म्हणतील?" ती एका कोपऱ्यात नुसती बसून राहिली. मला प्रश्न पडला, लोकांना जे करता येत असेल आणि करावंसं वाटत असेल, ते का करू नये त्यांनी?

सौ. शर्मा एका प्रोफेसरच्या पत्नी. त्यांना बालवाडीत शिक्षिका म्हणून काम करायचं होतं, पण करता आलं नाही.

त्यांचे पती मेकॅनिकल इंजिनिअरिंग विभागाचे प्रमुख होते, त्यांनी 'नको' म्हटलं.

त्यांचं म्हणणं होतं, 'लोक काय म्हणतील?'

जेव्हा जेव्हा कधीही न शिकणारे अयशस्वी लोक काही निर्णय घेतात, तेव्हा ते प्रथम 'लोक काय म्हणतील' ह्याचा विचार करतात.

जेव्हा आपण कौतुक करतो, किंवा समजलं नाही म्हणतो,
जेव्हा आपण साधंच बोलत असतो किंवा विशिष्ट परिभाषा वापरतो,
जेव्हा आपण खूप हसतो, किंवा कमी रडतो,
जेव्हा आपण फार मोठं काम करतो,
किंवा सगळा गोंधळ करून ठेवतो,
जेव्हा आपण प्रगती करतो किंवा मागे पडतो–
एक प्रश्न आपल्याला नेहमी पडत रहातो–
लोक काय म्हणतील?

जर आपण आरशातल्या प्रतिबिंबाचं तत्त्व समजून घेऊ, तर आपण 'लोक काय म्हणतील' हा विचार करण्याचं सोडून देऊ.

एका राजाला त्याच्या पंतप्रधानाची हुशारी बघायची होती. त्यानं कोंबड्यांची झुंज करायचं ठरवलं आणि त्याच्या पंतप्रधानाला सांगितलं, मी तुम्हाला एक नवा कोंबडा देत आहे, त्याला झुंज करायला येत नाही. तुम्ही ते त्याला शिकवा. एक आठवड्यानंतर त्याची झुंज शाही कोंबड्याशी होईल. राजाला त्याच्या शाही कोंबड्याच्या विजयाची खात्रीच होती. ठरलेल्या दिवशी प्रधानमंत्री त्यांच्या कोंबड्याबरोबर आले. झुंज सुरू झाली, नवा कोंबडा जिंकला.

राजाला कमालीचं आश्चर्य वाटलं.

"तुम्ही त्याला कसं शिकवलंत प्रधानमंत्रीजी?" राजानं विचारलं.

"सोपं आहे महाराज." प्रधानमंत्र्यांनी स्पष्टीकरण दिलं. "मी त्याला रोज एका आरशासमोर ठेवत होतो. तो स्वत:च्याच प्रतिबिंबाशी लढता लढता शिकला."

नवे शिक्षक वर्गात येतात तेव्हा त्यांनाही जरा अवघडल्यासारखं वाटत असतं आणि विद्यार्थ्यांनाही. शिक्षकांना काळजी वाटत असते की विद्यार्थ्यांना माझ्याबद्दल काय वाटेल; आणि प्रत्येक विद्यार्थ्याला काळजी वाटत असते, की नव्या शिक्षकांचं माझ्याबद्दल काय मत होईल?

कधीही 'लोक काय म्हणतील' ह्याचा विचार करू नका. नेहमी 'तुम्ही काय कराल' ह्याचा विचार करा.

तुम्ही जेव्हा दुसऱ्या व्यक्तीच्या तुमच्याविषयीच्या मताचा विचार करत असता, तेव्हा ती व्यक्ती त्याच्याविषयीच्या तुमच्या मताचा विचार करत असते. त्यामुळे 'लोक काय म्हणतील' ह्याबद्दल काळजी करण्याची खरोखरीच काही जरूर नसते.

कॉलेजमध्ये असताना, एकदा मी माझ्या तीन निकटच्या मैत्रिणींची– त्यांना आपण 'अ', 'ब', 'क' म्हणूया– गंमत केली.

'अ' ला भेटून मी गंभीरपणे म्हटलं, ''अ, मला हल्ली तू आवडत नाहीस!'' माझ्याकडं रागानं बघून ती एकदम उसळून म्हणाली, ''मलाही तू आवडत नाहीस!''

'ब' ला भेटून मी तसंच सांगितलं, की ''ब, मला हल्ली तू आवडत नाहीस!''

ती व्यथित झालेली दिसली आणि तिनं अधीर होऊन विचारलं, ''का? काय झालं? माझं काही चुकलं का?''

मी 'क'ला भेटले आणि पुन्हा म्हटलं, ''क, मला हल्ली तू आवडत नाहीस.''

नेहमीच्याच शांतपणानं ती म्हणाली, ''तो तुझा प्रश्न आहे. मला तू आवडतेस.''

बहुतेक सर्व लोक माझी मैत्रीण 'अ' हिच्या सारखे असतात. जशास तसं! काही माझी मैत्रीण 'ब' सारखे असतात; सर्वांना नेहमी ते आवडावेत, असं त्यांना वाटत असतं. त्यांना काहीही करून सगळ्यांना खूष ठेवायचं असतं. ते दुसऱ्यांच्या मताची कदर करणारे असतात.

काही थोडे माझी मैत्रीण 'क' सारखे असतात. त्यांच्या मनात यत्किंचितही 'लोक काय म्हणतील' ही भीती नसते. त्यांना स्वत:बद्दल खात्री असते. आणि ते तसे असण्यात समाधानी असतात.

श्रोत्यांसमोर बोलताना लोकांना 'लोक काय म्हणतील' ची सर्वात जास्त भीती वाटते. भाषण देण्यापूर्वी, बोलताना आणि बोलल्यानंतर त्यांना वाटत राहातं,

"लोकांना माझ्याबद्दल काय वाटेल?"

विमानानं पहिल्यांदा प्रवास करणारा प्रवासी त्याच्या प्रत्येक हालचालीबद्दल अतिशय अवघडलेला असतो. 'लोक काय म्हणतील' चा तो विचार करत राहातो. आणि तो नसेल करत, तरी इतर लोक त्याला तसं वाटेल असं वागत राहातात.

भारतातल्या सर्व गावांमधून आणि शहरांमधूनही, कोणी जातीबाहेर लग्न केले किंवा कोणी काही चाकोरीबाहेरचा धंदा सुरू केला (कपडे शिलाई मुलांनी किंवा ड्रायव्हिंग मुलींनी) की लोक लगेच म्हणतात, 'लोक ह्यांना काय म्हणतील?'

माझ्या 'ब' मैत्रिणीसारखे वागणे चूक आहे असे मला म्हणायचे नाही. दुसऱ्यांच्या मताची कदर असणं, वागण्यात मऊपणा असणं चांगलं; पण लोकांच्या मताची प्रमाणाबाहेर पर्वा करू नये.

मित्रांनो, आता थोडा अभ्यास करूया.

स्वत:ला विचारा

कृपा करून स्वत:शी प्रामाणिक राहा.

१. मी टीका करते/करतो का? उत्तर हो असेल, तर कोणाची, केव्हा, कशी?

____

____

____

____

२. मी तक्रार करते/करतो का? उत्तर हो असेल, तर केव्हा आणि कशी?

३. कुठल्या परिस्थितीत मी 'लोक काय म्हणतील' ह्याचा विचार करते/ करतो?

४. विश्वासाचा अभाव– प्रत्येक गोष्टीची धाकधूक वाटणारा

पूर्वी म्हटल्याप्रमाणे काहीच न शिकणारी अयशस्वी माणसं लाकडी पुतळ्यासारखी असतात. ती दिवस ढकलत असतात एवढंच. आणि त्यांचा कोणावरही विश्वास नसतो. त्यांना प्रत्येक गोष्टीची धाकधूक वाटत असते. शंका घेण्यासारखं काहीही नसलं तरी त्यांना कुठेतरी काहीतरी शंका येतेच. कदाचित म्हणूनच त्या विधवा मुलीला मी मदत देऊ केली, तेव्हा ती पळूनच गेली.

त्यांच्याशी कोणी उद्धटपणानं वागलं,
तर ते त्याची टीका करतात.

कोणी त्यांना टाळलं,
तर ते त्याची टीका करतात.

कोणी त्यांच्याशी छान वागलं,
तर त्यांना फारच काळजी वाटते.

अशा लोकांच्या मते जग हे वाईट लोकांनी भरलेलं असतं आणि त्यांचे हेतूही वाईटच असतात.

प्रत्येकजण प्रत्येक गोष्टीची आणि प्रत्येक व्यक्तीची शंका घेऊ लागतं. हे जणू 'शंका घेण्याचं वेड' असतं. हेतूंची शंका असते आणि भीती असते.

बरेचदा ते दाखवत नाहीत पण त्यांच्या मनात सतत धोक्याची घंटा वाजत असते, की 'कोठेतरी काहीतरी वाईट असणारच'.

कुठलीही सकारात्मक गोष्ट ते स्वीकारूच शकत नाहीत.

कोणी त्यांना मदत करेल ही कल्पना त्यांना सहनच होती नाही, कारण काय बरोबर आणि काय चूक, हे त्यांना ठरवता येत नाही. कोण चांगलं आहे आणि कोण वाईट आहे ह्यातला फरक ते समजू शकत नाहीत.

ह्या स्वभाववैशिष्ट्यातला सगळ्यात मोठा दोष असा, की तो अशा लोकांच्या सभोवतालच्या वातावरणात जणू तरंगत असतो. ते त्यांच्याभोवती अविश्वासाचं वातावरण तयार करतात, आणि आसपासच्या लोकांवर त्याचा परिणाम होतो.

प्रत्येक जण प्रत्येक गोष्टीची आणि प्रत्येक व्यक्तीची शंका घेऊ लागतो. हे जणू '**शंका घेण्याचं वेड**' असतं. हेतूंची शंका असते आणि भीती असते.

स्वत:ला विचारा – मी लोकांची किंवा त्यांच्या हेतूंची शंका घेते/घेतो का?

कधीच नाही ☐ कधीकधी ☐ बरेचदा ☐ नेहेमीच ☐

५. प्रश्नांचा डोंगर

> **यशस्वी लोकांना प्रत्येक प्रश्न**
> **हा मार्ग शोधण्याची एक संधी वाटतो.**
>
> **अयशस्वी लोकांना प्रत्येक संधी ही**
> **सोडवायलाच पाहिजे असा प्रश्न वाटते.**

काहीच न शिकणाऱ्या अयशस्वी माणसांना येणाऱ्या अडचणींचं अवडंबर करायला आवडतं. कितीतरी माणसं तोंड उघडतात ती अशाच वाक्यांनी–

मला फार धडपड करावी लागली आहे, परमेश्वर करो आणि असं दुर्भाग्य आणखी कोणाच्या वाट्याला न येवो.

मी इतके कष्ट काढले आहेत, सगळी माणसं आतून खरी कशी असतात ते मी अनुभवलं आहे (विशेषत: जवळची माणसं).

तुम्ही कल्पनाही करू शकणार नाही, इतके अगदी खच्ची करून टाकणारे अनुभव मला आले आहेत. जग बघितलंय् मी!

हे असे शब्द तुम्ही किरण बेदी, विश्वनाथन आनंद, नेल्सन मंडेला किंवा आंग सान सु की, अशांकडून कधी ऐकले आहेत? कधीही नाही.

तुमच्या शब्दकोशातून 'अडचण' हा शब्द काढून टाकून त्याच्या जागी 'देणगी' हा शब्द घाला. जेव्हा जेव्हा 'माझ्यापुढे एक अडचण आहे' असं तुम्हाला म्हणायची वेळ येईल तेव्हा तेव्हा 'मला एक देणगी मिळाली आहे' असं म्हणा.

प्रश्न असा आहे की ही काहीच न शिकणारी अयशस्वी माणसं त्यांच्या आयुष्यातल्या घटना अतिरंजित का करतात? ती तसं करतात, कारण–

(१) त्यांच्यामध्ये जाणिवेची उणीव असते.
(२) ते सहानुभूती मिळवू बघत असतात.
(३) त्यांना लोकांना पटवून द्यायचं असतं.
(४) त्यांच्यामध्ये उत्साहाची उणीव असते.

प्रथम ह्या सर्व कारणांची विस्तारानं चर्चा करूया.

१. जाणिवेची उणीव

जे मी बघितलेलं, ऐकलेलं किंवा वाचलेलं नाही, त्याबद्दल मला माहिती नाही.

जे मला माहीत नाही, ते अस्तित्वातच नाही.

मी सहा किंवा सात वर्षांची होते, तेव्हा माझी रंग आणि कुंचला ह्यांच्याशी नवीनच ओळख झाली होती. हाती येईल त्या प्रत्येक कागदावर मी चित्र रंगवत असे.

एकदा मी एक पांढरा कागद घेतला, तो सबंध हिरवा रंगवला आणि त्याच्या मध्यावर एक काळी रेघ काढली; त्यातून निघणाऱ्या थोड्या छोट्या रेघा काढल्या. ते पानासारखं दिसू लागलं. ते मी एका गाईला दिलं, गाईनं ते एका क्षणात खाऊन टाकलं. मला हे बघून अत्यंत आनंद झाला. माझ्या बालमनाला वाटलं की गाईला तो कागद म्हणजे खरं पानच वाटलं आणि म्हणून तिनं ते खाल्लं.

मला माझ्या चित्रकलेचा एवढा अभिमान वाटला, की मी घरातल्या सगळ्यांना सांगितलं, "मी पानाचं चित्र काढलं ते गाईनं खाऊन टाकलं. ते झाडावरच्या खऱ्या पानासारखं दिसत होतं, म्हणून तिनं ते खाल्लं."

कोणीही मला काहीही म्हटलं नाही. माझ्या आनंदात ती सगळी फक्त सहभागी झाली आणि त्यांनी आश्चर्यचकित झाल्यासारखंही दाखवलं. नंतर मला जेव्हा कळलं की गाई कागदही खातात, त्या दिवशी माझ्या गर्वाचं घर खाली झालं!

जे आपल्याला माहीत असतं ते आपल्यासाठी सत्य असतं, जे वास्तविक खरं

असतं ते नाही. काही न शिकणारे अयशस्वी लोक त्यांच्या अडचणींचं अवडंबर करतात, कारण इतरांच्या अडचणींबद्दल त्यांना माहीत नसतं. त्यांना फक्त स्वत:चीच जाणीव असते आणि म्हणून ते त्यांच्या अडचणींचं स्तोम माजवतात. तळ्यातल्या बेडकांसारखे असल्यामुळे त्यांना फक्त तळंच माहीत असतं. नद्या, समुद्र हे त्यांना माहीतच नसतात आणि म्हणून तिथल्या अडचणीही माहीत नसतात.

> **जे आपल्याला माहीत असतं ते आपल्यासाठी सत्य असतं, जे वास्तविक खरं असतं, ते नाही.**

२. सहानुभूती मिळवू बघणारे

हे लोक अखंड त्यांच्या आयुष्यातील दुर्दैवी घटनांबद्दल बोलत राहातात, अशासाठी की लोकांना– विशेषत: जवळच्या लोकांना– त्यांचं म्हणणं खरं वाटावं, ते त्यांच्या प्रश्नांबद्दल विचार करत राहातात, बोलतात आणि चांगल्या गोष्टींबद्दल क्वचितच बोलतात. ते भोवतालच्या लोकांची अशी समजूत करून देतात, की त्यांच्यासाठी सारं काही इतकं अवघड होतं, की त्यांना काही करण्याचा धीरच झाला नाही. त्यांना हे कधी समजत नाही की त्यांनी धीर केला नाही म्हणूनच सगळं इतकं अवघड झालं होतं. जसं एक खोटं शंभरदा बोललं की तेच खरं वाटायला लागतं, तसं काही न शिकणारे अयशस्वी लोक स्वत:च्या अडचणींबद्दल दु:खी चेहऱ्यानं किंवा आरडाओरडा करून, पण अखंड तक्रार करत राहून सहानुभूती मिळवतात.

> **काही न शिकणारे अयशस्वी लोक स्वतःच्या अडचणीं-बद्दल दुःखी चेहेऱ्यानं किंवा आरडाओरडा करून, पण अखंड तक्रार करत राहून सहानुभूती मिळवतात.**

माझ्या चुलत बहिणीचं लग्न होतं. लग्नापूर्वी पाच दिवस आम्ही काही मदत हवी असल्यास ती देऊ करण्यासाठी काकांकडे गेलो.

आम्ही आत गेलो तेव्हा काकी कागदावर काहीतरी लिहित होत्या.

"प्रणाम काकी!" आम्ही म्हणालो.

त्यांनी वर बघितलं.

"ओः! अग आई गं! तुम्ही आहात होय? या बसा! आई गऽ! देवा रे!" त्या कापऱ्या आवाजात म्हणाल्या.

"काय झालं काकी?" मी विचारलं.

"स्पॉन्ड्युलायटिसचा वाईट ॲटॅक आलाय गं! शिवाय ब्लडप्रेशर आहेच. आणि तरी काम तर करावं लागतंच ना! आहे कोण दुसरं करायला? अग आई गं, इतकं दुखतंय् म्हणून सांगू!" त्या कण्हत म्हणाल्या.

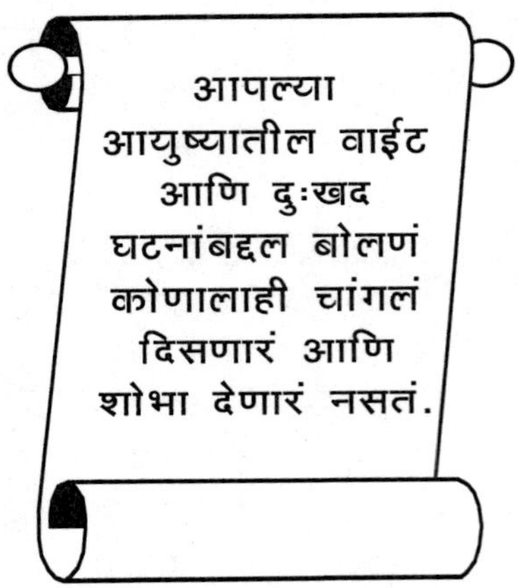

"काही औषध घेताय का तुम्ही?" मी विचारलं.

"अग, मला सारं वर्षभर काही ना काही होतच असतं, कोण सारखं औषधपाणी करणार माझं? माझ्याजागी दुसरं कोणी असतं ना, तर अंथरुणातून बाहेरच नसतं पडलं! पण इथं काय, मी माझ्या सगळ्या जबाबदाऱ्या पार पाडतेच आहे!" त्या खिन्नपणे म्हणाल्या.

आता काय बोलावं हे मला समजेना.

आम्ही मुकाट्यानं थोडावेळ तिथं बसलो. काकींनी चहा मागवला होता, तो कसाबसा प्यायलो आणि तिथून पळ काढला.

तुम्हाला आमच्या काकींबद्दल सहानुभूती वाटेल पण त्यांचं कण्हणं आणि कुंथणं सहन करणाऱ्या आमच्याबद्दल नाही सहानुभूती वाटणार?

आपल्या आयुष्यातील वाईट आणि दुःखद घटनांबद्दल बोलणं कोणालाही चांगलं दिसणारं आणि शोभा देणारं नसतं.

दुसऱ्यांचं दुःख समजून घ्यायला शिका, पण सहानुभूती मिळवायचा प्रयत्न करू नका.

३. पटवून देऊ बघणारे

एक सिंह त्याच्या गुहेतून फेरफटका मारायला बाहेर पडला. त्याला वाटेत एक छोटासा ससा भेटला.

"काय रे, ह्या जंगलाचा राजा कोण आहे?" त्यानं विचारलं.

"दुसरं कोण महाराज? तुम्हीच!" ससा हात जोडून म्हणाला.

सिंह आणखीच ऐटीत पुढे निघाला.

एक लांडगा पळत होता. त्यानं थांबून सिंहाला अभिवादन केलं.

"ह्या जंगलाचा राजा कोण आहे?" त्यानं लांडग्याला विचारलं.

"तुम्हीच आहात महाराज. तुमच्याइतकी ताकद कोणामधेच नाही." लांडग्यानं पटकन उत्तर दिलं.

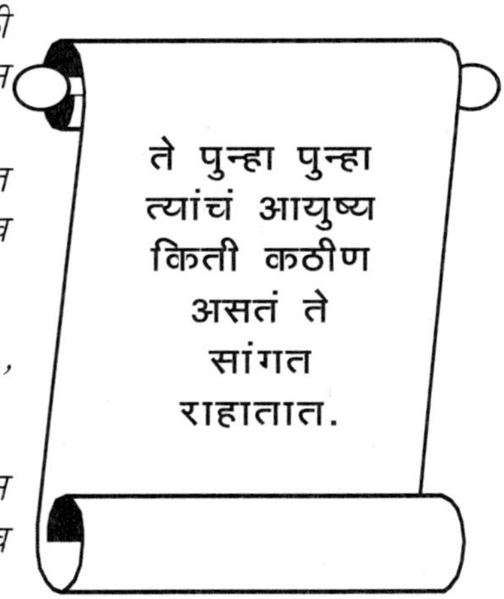

सिंह अगदी खूष झाला. त्याच्या डोळ्यात अभिमान दिसत होता आणि पायांना आणखीच वेग आला होता. तो पुढे निघाला.

एक हत्ती समोरून येत होता.

"ह्या जंगलाचा राजा कोण आहे?" सिंहानं पुन्हा विचारलं.

हत्तीनं त्या सिंहाला सोंडेत पकडून गुंडाळलं आणि दूर फेकून दिलं. सिंह चाटच पडला.

"कोण राजा आहे हे तुला नसेल माहीत तर नको सांगू; ठीक आहे, त्यात रागवायचंय काय?" तो गरीबपणानं हत्तीला म्हणाला.

काही न शिकणारे अयशस्वी लोक स्वतःच्या तथाकथित कठीण आयुष्याबद्दल पुन्हा पुन्हा बोलत राहातात, म्हणजे लोक त्यांना धडपडून अडचणींना तोंड देत स्वतःच्या बळावर टिकून राहिलेले समजतात.

४. उत्साहाची उणीव असणारे

उत्साहानं आयुष्याला चालना मिळते.

काही न शिकणाऱ्या अयशस्वी लोकांच्या मनात काहीतरी करावं किंवा काही निर्माण करावं अशी आच नसते. फक्त टीका करायला आणि तक्रार करायला शब्द असतात. उत्साहाचा संबंध वयाशी नसतो, मनाशी असतो. आधीच ठरवून टाकलेल्या समजुती आणि सबबी ह्यांच्या बेड्यांनी जखडलेल्या, जाणीव नसलेल्या मनात, काहीतरी करण्यासाठी उत्साह, तडफ, हौस ही नसतातच.

उत्साहाचा परिणामांशी सरळ संबंध असतो.

मी कोठेसं ऐकलं, की श्रीराम जेव्हा लंकेकडे निघाले, तेव्हा ते समुद्रावर सेतू बांधत होते. त्यासाठी लोक दगड गोळा करत असताना श्रीरामांचं लक्ष एका छोट्या खारीकडे गेलं. ती समुद्रात अंग भिजवत होती आणि अंगाला चिकटलेली वाळू सेतूचं काम चाललं होतं, तिथे येऊन झटकून टाकत होती.

खारीला हे पुन्हा पुन्हा करताना बघून रामानं तिला विचारलं, "तू हे काय करते आहेस?"

"मी सेतू बांधायला मदत करते आहे." तिनं सांगितलं.

श्रीरामांना आश्चर्य वाटलं.

"पण एवढ्याशा वाळूनं काय फरक पडणार?" त्यांनी विचारलं.

"मी माझ्याकडून करता येईल तितकं करेन, म्हणजे ह्या महान कार्याची मीही वाटेकरी असेन."

केवढा उत्साह!

५. निष्कारण नकारात्मक वटवट

काहीही न शिकणारे अयशस्वी लोक वाचाळ असतात. त्यांच्या बोलण्यात राग,

निराशा किंवा असहाय्यता भरलेली असते. त्याच त्याच घटनांबद्दल ते शंभरदा सांगत राहातात, आणि हवं तरी पुन्हा तेच सांगू लागतात. ते त्यांच्या आयुष्यातल्या दुःखद किंवा अडचणींच्या दिवसांबद्दलच फक्त बोलत राहातात. त्यांच्या नकारात्मक, डोकं उठवणाऱ्या जुन्या आठवणी कधी संपतच नाहीत. जे काही दुर्दैव त्यांच्या वाट्याला आलं त्याचं रडगाणं गात राहाणं हा त्यांचा आवडता छंद असतो. तो त्यांना इतका आवडतो, की त्यांच्याबद्दल सहानुभूती वाटते म्हणून किंवा त्यांना दुखवायचं नाही म्हणून त्यांचं बोलणं ऐकायला तयार असणारे श्रोते ते नेहमीच शोधत असतात. ऐकणाऱ्याचं डोकं फिरवून टाकण्याची कला त्यांना अवगत असते. साधारपणे त्यांची ही सवय माहीत झाल्यावर, नाईलाज म्हणून लोक त्यांचं बोलणं ऐकत असल्याचं नाटक करू लागतात.

त्यांच्या नकारात्मक, डोकं उठवणाऱ्या जुन्या आठवणी कधी संपतच नाहीत. जे काही दुर्दैव त्यांच्या वाट्याला आलं त्याचं रडगाणं गात राहाणं हा त्यांचा आवडता छंद असतो.

शाळेतला माझा एक चांगला मित्र हा माझा शेजारीही होता. त्याचे वडील रेल्वेत नोकरीला होते आणि आमच्या घरच्या सगळ्यांना आणि कॉलनीतल्याही सगळ्यांना एक गोष्ट पाठ झाली होती– ' मिस्टर शर्मांचं (अशोकचे वडील) लहानपण' कारण ते जितक्यांदा सांगता येईल, तितक्यांदा ही गोष्ट सांगत असत.

गोष्ट अशी होती–

''गावातलं सगळ्यात मोठ्ठं घर आमचं होतं. आमच्याकडे बदाम, पेरू, लिंबं, डाळिंब, आंबे अशी सगळी मिळून ८१ झाडं होती. आमच्याकडे अकरा नोकर होते– चार घरकामासाठी, सहा सावकारीच्या कामात मदत करायला आणि एक वरकामाला. माझ्या वडिलांची बग्गी होती आणि आमच्याकडे हँडपंपही होता. आमचं घर सगळ्यात मोठ्ठं होतं. कितीतरी एकरांचं आवार होतं. पण मग वाईट दिवस आले. हे सगळं गेलं. आमचं सागवानी फर्निचर आम्हाला विकून टाकावं लागलं, आणि बग्गीही. आम्ही किती श्रीमंत होतो ह्याची तुम्हाला कल्पनाही करता येणार नाही. आम्ही रोज चांदीच्या ताटात जेवत असू. पण

दुर्दैव! देवानं ते सगळं परत घेतलं आणि मला नोकरी धरावी लागली.''

**तुम्ही भूतकाळाबद्दल
जितकं बोलत राहाता,
तितकं तुम्ही भविष्यकाळासाठी
कमी काम करता.**

आम्ही सगळ्यांनी ही गोष्ट अनेकदा ऐकली. आम्हाला हेही ठाऊक होतं, की त्यांच्या वडिलांचे पैसे सट्टयात गेले होते आणि मिस्टर शर्माही तेच करत होते. पण दोष मात्र ते नेहमी नशिबाला देत असत आणि ती गोष्ट सांगत राहात असत.

६. स्वतःची कीव करणं

ते लोक उत्तम, जे स्वतःचा मान ठेवून असतात.

ते चांगले लोक, जे स्वतःला समजू शकतात.

ते लोक साधारण, ज्यांना ते स्वतःच आवडत नाहीत.

ते लोक सर्वांत वाईट, जे स्वतःची कीव करतात.

स्वत:ची कीव करणं ही अत्यंत धोकादायक, विद्ध्वंसक आणि भयानक भावना आहे. ती आपण स्वत:चा करू शकत असलेला सर्वात मोठा अपमान आहे. आमच्या मते, ती भावनिक आत्महत्या आहे. स्वत:विरुद्ध केलेला गुन्हा आहे.

जे लोक स्वत:ची कीव करतात त्यांना 'माझाच नेहमी बळी जातो' असं वाटत राहातं. त्यांना जेव्हा इतरांवर टीका करणं, तक्रारी करणं आणि अखंड वटवट ह्यातून वेळ मिळतो, तेव्हा ते स्वत:ची कीव करू लागतात. ज्यांना कोणी मदतीला नाही आणि ज्यांचं भविष्यकाळात काही चांगलं होणारच नाही, असे अत्यंत दुर्दैवी प्राणी ते स्वत:ला समजतात. वाचकांना रडवणाऱ्या कृत्रिम भावनाप्रधान कादंबऱ्या त्यांना वाचायला आवडतात आणि टीव्हीवर जेव्हा भावनाप्रधान नाट्यपूर्ण कार्यक्रम सादर होतात तेव्हा हे टीव्हीला चिकटून बसतात.

त्यांची आवडती वाक्यं अशी असतात :

आता 'त्या'च्या बोलावण्याची वाट पहातो आहे–
दुसरं काय करणार?

ही सारी पूर्वजन्मीच्या पापांची फळं आम्ही भोगतो आहोत!

मी आता एखाद्या फर्निचरसारखा आहे–
माझी कोणाला जरूर नाही!
लोक नेहमीच माझा गैरफायदा घेतात!

माझ्या आपल्या माणसांनीही मला दगा दिला आहे!

मी नेहेमी इतरांना मदत करतो,
पण माझ्या मदतीला कोणी येत नाही.

लोक चांगल्या माणसांना विसरतात–
म्हणून तर माझे हाल होत आहेत.

देव आता लवकर घेऊन जाऊ दे.

स्वतःला विचारा

१. मी माझ्या दुर्दैवाच्या कथा पुन्हा पुन्हा सांगत राहातो का? कशा?

. . . .

. . . .

. . . .

. . . .

२. माझ्यामध्ये उत्साहाची उणीव आहे का? का?

. . . .

. . . .

. . . .

. . . .

३. मला स्वतःबद्दल केव्हा आणि कशी सहानुभूती वाटते?

. . . .

. . . .

. . . .

. . . .

काहीच न शिकणारी अयशस्वी माणसे काय करतात व कशी वागतात, ते आपण पाहिले; पण ती तशी का वागतात हे बघणेही अत्यंत महत्त्वाचे आहे. ही माणसे अशी का होतात, हे समजून घेतले पाहिजे.

ती आयुष्यात अयशस्वी होण्यास पुढील कारणे असतात :

(१) मनाची जडणघडण

(२) मानसिक नाकेबंदी

(३) बदलायला तयार नसणे

१. मनाची जडणघडण

तुम्ही हत्ती पाहिला आहे? माणसाच्या मानानं ते केवढं प्रचंड जनावर असतं. पण एक काठी आणि एक बारीक साखळी एवढ्यांच्या मदतीनं त्याच्यावर नियंत्रण ठेवता येतं. तो विरोध करत नाही, की साखळी तोडून सुटण्याचा प्रयत्न करत नाही.

का? कारण फार साधे आहे. हत्ती लहान पिल्लू असल्यापासून त्याला साखळी आणि काठीच्या सहाय्याने काबूत ठेवले जाते. तेव्हा तो सुटण्याची खूप धडपड करतो, माहुताचे ऐकत नाही, गर्जना करतो. पण हे सर्व निष्फळ झाले म्हणजे तो निराश होतो आणि प्रयत्न करण्याचे सोडून देतो (नंतर मोठा झाल्यावरही तो कधी सुटण्याचा प्रयत्न करत नाही). त्याच्या मनाची अशीच समजूत होऊन जाते, की तो कायम दुसऱ्यांच्या ताब्यातच राहाणार. त्यामुळे त्याला काठी आणि साखळीच्या मदतीने सहज काबूत ठेवता येते.

१९५३ पर्यंत अनेक तज्ज्ञांची समजूत होती, की चार मिनिटात एक मैल पळणे शारीरिकदृष्ट्या अशक्य आहे. त्यामुळे एकाही धावपटूने तितके जलद धावण्याचा प्रयत्न केलाच नाही. परंतु ब्रिटनचा रॉजर बॅनिस्टर हा मनाने ही समजूत स्वीकारायला तयार नव्हता. त्याला स्वत:ला प्रत्यक्ष प्रयत्न करून बघायचे होते. १९५४ मध्ये ३:५९.४ सेकंदात एक मैल पळून त्याने जागतिक विक्रम तर मोडलाच, परंतु स्वत:च्या मनावर बंधन ठेवण्याची वृत्ती झुगारून दिली. आता धावपटू चार मिनिटापेक्षा कमी वेळात बरेचदा एक मैल पळतात.

लहान वयापासून ज्या लोकांच्या मनांना 'जसे होईल तसे स्वीकारावे' असेच वळण दिले गेलेले असते, ते गोष्टी जशा होतील तशा होऊ द्यायला मनाने शिकलेले असतात. स्वत:ला हव्या तशा गोष्टी घडवून आणण्याची कुवत आपल्यात आहे, असे त्यांना वाटतच नाही. 'माझ्या नशिबात हेच आहे' अशीच त्यांच्या मनाची घडण झालेली असते.

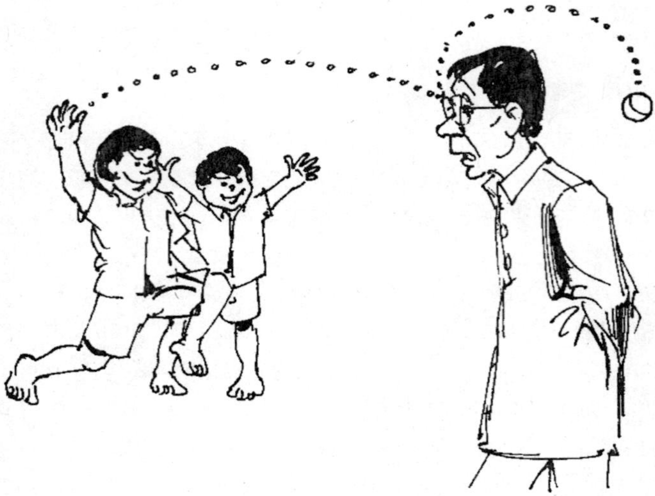

२. मानसिक नाकेबंदी

एक अशिक्षित मनुष्य होता, त्याला घोडे अतिशय आवडत असत. त्याच्याकडे उत्तम जातीचे, चांगली तालीम दिलेले तीन घोडे होते. एकदा तो आणि त्याचा मुलगा त्या घोड्यांना घेऊन शेजारच्या खेडेगावी गेले. एका व्यापाऱ्याने ते विकत घेण्यासाठी चांगली किंमत देऊ केली. त्या माणसाला त्याचे घोडे देऊन टाकायचे नव्हते म्हणून त्याने नकार दिला. तेव्हा त्या व्यापाऱ्याने ते घोडे मिळविण्यासाठी एक कारस्थान रचले. परतीच्या वाटेवर तो माणूस त्यातल्या एका घोड्यावर बसला होता आणि दुसऱ्या दोन घोड्यांचे लगाम हातात धरून त्याचा मुलगा चालत होता.

जवळून जाणारा एक मनुष्य म्हणाला, "वा:! काय छान दृष्य आहे! माणूस गाढवावर बसून चाललाय!"

"गाढव?" घोड्यांचा मालक ओरडला, "आंधळा आहेस की काय? फार किंमती घोडा आहे हा!"

आणखी काही मैल गेले. रस्त्याच्या कडेला दोन लहान मुले खेळत होती. "तुमची गाढवं किती सामान उचलू शकतात?" त्यातल्या एकानं विचारलं.

घोड्यांचा मालक अतिशय संतापला. "कुठलं गाढव? तुम्हा मूर्ख मुलांना गाढव आणि घोडे ह्यांच्यातला फरकही समजत नाही? चला पळा इथून!"

घोड्यांचा मालक जरा गोंधळला होता, पण तो पुढे जात राहिला. थोड्या वेळानं एक छान सावली असलेलं झाड आलं आणि तिथे जरा विश्रांती घ्यायला थांबायचं त्यानं ठरवलं. त्याचा मुलगा घोड्यांना चारा देऊ लागला.

तेथे एक म्हातारा माणूस आराम करत होता. ''छान पोसलेली गाढवं आहेत'' तो म्हणाला. घोड्याच्या मालकाला धक्काच बसला. तो गोंधळून गेला. तो एक अक्षरही बोलला नाही, पण त्याचा अभिमान आणि आत्मविश्वास खलास झाला होता.

''तुम्हाला तुमची गाढवं विकायचीत का?'' त्याच्या कानावर शब्द आले. एक कुंभार मडकी बनवत असलेला त्याला दिसला. ''मला गाढवं हवी आहेत आणि तुमची गाढवं मेहनती आणि चांगली पोसलेली आहेत. चांगली किंमत मिळाली तर विकाल का?''

घोड्यांच्या मालकाचं डोकं आता चालेनासंच झालं होतं. त्याला वैताग आला होता आणि डोकं गरगरत होतं. काहीही जास्त विचार न करता त्यानं त्याचे घोडे, गाढवं म्हणून हजार रुपयांना विकून टाकले आणि आपल्या गावी धूम ठोकली.

सांगायला नकोच, की त्या व्यापाऱ्याच्या ह्या सगळ्या माणसांनी जी युक्ती केली ती यशस्वी झाली!

त्या अशिक्षित खेडवळ माणसासारखेच आपण जवळजवळ सगळेच, आपल्या मनानं, स्वतंत्र विचार करत नाही. इतर लोक सांगतील तसं करणं, इतर लोक विचार करतील, तसाच विचार करणं, सोपं असतं. आपल्याला कुठलीच तसदी घ्यावी

लागत नाही.

अशा लोकांना एकच गोष्ट ठाऊक असते– मेंढरांसारखं मागे मागे जाणं. अशी माणसं कळप मनोवृत्तीची असतात. आपापलं, एकटं राहाण्याची कल्पनाच त्यांना सहन होत नाही. ज्या वाटेनं लोक आधी गेलेले आहेत, त्याच वाटेनं, उमटलेल्या पावलांच्या ठशांवरून पावलं टाकतच ते जातात. अशासाठी, की म्हणजे त्यांच्या हालचालींमध्ये यत्किंचितही धोका नसतो.

ते स्वतः विचार करत नाहीत,
इतरांना जे वाटतं, तेच त्यांना खरं वाटतं.

ते नवं काही बोलत नाहीत,
त्यांनी पूर्वी ऐकलेलंच ते बोलतात.

ते स्वतः काही करत नाहीत.
जे करायला सांगितलं जातं, आणि
जे करायला सोपं असतं, तेच ते करतात.

३. बदलायला तयार नसणे

जे लोक यशस्वी होतात, त्यांच्यासाठी बदल ही एक निवड असते. जे लोक अयशस्वी होतात, त्यांच्यासाठी बदल ही एक तडजोड असते.

निवड म्हटली, की पर्याय आले, संधी आल्या, समाधान आलं. तडजोड म्हटली, की सक्ती, असहाय्यता आणि असमाधान आलं.

थोड्या दिवसांपूर्वी मला अभय भेटला. माझ्या आईच्या बालमैत्रिणीचा मुलगा म्हणून मला त्याची ओळख करून देण्यात आली. मी करिअर मार्गदर्शक म्हणून काम करते हे समजल्यावर त्याचे डोळे चमकले. ''कदाचित तू मला मदत करू शकशील'' तो एवढंच म्हणाला.

''मी काय मदत करू शकते अभय?'' मी लगेचच विचारलं.

मग तो सांगू लागला,

"माझे वडील हायस्कूल शिक्षक होते. मी आठ वर्षांचा आणि माझी बहीण चार वर्षांची असताना ते गेले. तेव्हा पासून माझ्या आईनं– तीही सरकारी हायस्कूलमध्ये शिक्षिका आहे– एकटीनं आम्हाला वाढवलं. तिनं तिची सर्व कर्तव्य व्यवस्थित पार पाडली. पण स्वतःबद्दल तिचे कडक नियम होते. शाळेत जाण्याव्यतिरिक्त ती कधीही घराबाहेर पडत नसे. शाळेत जाण्याचा आणि परत येण्याचा रस्ता, एवढ्याच रस्त्यानं ती जात-येत असे. ती कधी हसत नसे, काहीही दागदागिने घालत नसे, जरुरीपेक्षा जास्त कधी बोलत नसे."

"तू आणि तुझ्या बहिणीनं कधी तिच्याशी ह्याबद्दल बोलण्याचा प्रयत्न नाही केला?"

"आम्ही शाळेत आणि कॉलेजमध्ये होतो, तेव्हा आम्हाला वाटायचं, की कदाचित वडील नसलेलं घर म्हणजे असंच असत असेल, विधवा आयांनी असंच वागायची पद्धत असेल. आमचं लहानपण शिस्तीत, सर्व सुखसोयी मिळत पण गप्प गप्प राहात असं गेलं.

आता मी कॉम्प्युटर तंत्रज्ञ म्हणून हैद्राबादमधे काम करतो आहे आणि माझ्या लक्षात येत आहे, की आनंदानं जगण्याचेही मार्ग आहेत.

मी तिला बोलती करायचा प्रयत्न करतो, तिच्या कडक चाकोरीबद्ध जीवनातून बाहेर काढण्याचा प्रयत्न करतो, पण गप्प राहूनच ती ते नाकारते.

माझ्यासाठी चांगली मुलगी शोधून तिनं माझं लग्न करून दिलं, पण तुला खरं वाटेल का, की ती लग्नाला आली नाही?

आता माझी इच्छा आहे की तिनं हैद्राबादला यावं, निदान तिच्या शाळेला सुट्टी पडते तेव्हा तरी यावं. पण ती घराबाहेर पडायलाच नाही म्हणते.'' तो म्हणाला.

''मला आणखी ऐकवतच नाहीये! कोणीही व्यक्ती वर्षानुवर्षं एकाच जागी, एकाच पद्धतीनं आयुष्य कसं घालवू शकेल? जसं काही तिनं केलेल्या कुठल्या पापाचं प्रायश्चित्त ती घेते आहे?'' मी तिला भेटायचं ठरवलं.

त्यांच्याकडे गेल्यावर इकडचं तिकडचं बोलून मग मी त्यांच्याजवळ बसले.

''खूप खडतर आयुष्य काढलंय तुम्ही मावशी, आता आराम का करत नाही?'' मी सहज बोलल्यासारखं म्हटलं.

''ठीक आहे की मी इथं.'' निर्विकार चेहऱ्यानं ती म्हणाली.

''बाहेर पडलात तर खूप छान वाटेल तुम्हाला. अभयकडे हैद्राबादला का जात नाही तुम्ही? खूप बरं वाटेल तुम्हाला.'' मी पुन्हा म्हटलं.

त्यांना मी बोललेलं आवडलं नाही. ''सुखी व्हायचं माझ्या नशिबात असतं, तर त्याचे वडील असे गेले नसते!'' त्या जवळजवळ ओरडल्याच.

''पण मावशी, तो नशिबाचा भाग झाला. ते आपल्या हातात नसतं. आयुष्यात कितीतरी इतर गोष्टी आहेत, आयुष्य असंच संपवून थोडंच टाकायचं आपण?'' मी हळुवारपणे म्हटलं.

''मी जगते आहे! मला करता आलं तेवढं केलं मी तुझ्यासाठी. आता काय हवंय् तुला?'' त्या अभयकडे वळून म्हणाल्या आणि हुंदके देऊ लागल्या.

''मला फक्त तू आनंदात राहायला हवंय्, आमच्या बरोबर हसायला, मजा करायला हवंय्.'' अभय दुसरीकडे बघत, इतक्या वर्षांत प्रथमच असं बोलला.

''माझ्या नशिबी आनंदी आयुष्य नाही. मी आनंदात राहू लागले ना, तर दुसरं काहीतरी भयंकर होईल. तेव्हा ही चर्चा आता बंद कर.''

मग सर्व भावना लपवत निर्विकारपणे त्यांनी मला विचारलं, ''काय घेशील तू? चहा की कॉफी?''

त्या आनंदी नव्हत्या. त्यांना आनंदी राहायचंच नव्हतं. त्यांनी स्वतःच्याच मनाची खात्री पटवून दिली होती, की त्यांचा जन्म दुःखी राहाण्यासाठीच होता. कुठल्याही सुखद, चांगल्या गोष्टींना त्यांच्या मनात मज्जाव होता. बदलायला तयारच नसण्यानं त्यांना अयशस्वी केलं होतं.

मनुष्याला अनुभव येणं ह्या घटनेनं काही होत नाही. त्या अनुभवाचं मनुष्य जे काय करतो, ते तो कसा होतो ते ठरवतं.

प्रिय वाचक,

काहीही न करणाऱ्या अयशस्वी माणसाचं दीर्घ वर्णन लिहिण्याचा आमचा हेतू, तुमचे डोळे उघडण्याचा आहे.

कोणताही मनुष्य पूर्णतया अयशस्वी नसतो.

पण, आपल्या आयुष्यातल्या एखाद्या बाबतीत किंवा एखाद्या भागात, आपण काही न शिकणारे अयशस्वी असतो.

काही लोक अशा स्थितीत बराच काळ राहातात, तर काही त्यातून लवकर बाहेर पडतात.

आयुष्य तुम्हाला निवड करायची संधी देतं.

निवड करायची म्हणजे गोंधळायला होतं.

गोंधळल्यामुळे जास्त गोंधळही होतो, किंवा निर्णयही घेता येतो.

तुम्ही गोंधळलेले राहिलात, तर काही न शिकणारे अयशस्वी राहाल.

काय करायचं हे तुम्ही ठरवायचं आहे.

चला, या!

योग्य निर्णय घ्या–

चला, उठा, कामाला लागा!

तुमच्यामध्ये काही न शिकणाऱ्या अयशस्वी लोकांची जी स्वभाववैशिष्ट्ये आहेत, त्यांची यादी कराः-

. . . .

. . . .

. . . .

. . . .

. . . .

. . . .

. . . .

. . . .

तुमच्या अयशस्वी होण्याच्या कारणांची यादी कराः-
(कृपा करून 'नशीब' हे कारण लिहू नका!)

. . . .

. . . .

. . . .

. . . .

. . . .

. . . .

. . . .

. . . .

कृत्रिमपणे वागणारे अयशस्वी लोक : जे अगदी मनातून मत्सरी असतात

जेव्हा एखाद्या माणसाला वाटतं, की 'मी ह्या जगासाठी काहीही करू शकत नाही' किंवा जेव्हा एखाद्या माणसाला वाटतं, की 'काहीही केलं तरी ह्या जगात काहीही फरक पडणार नाही', तेव्हा अशा दोन्ही तऱ्हेची माणसं अयशस्वी म्हणता येतील. पहिली– काहीच न शिकणारी अयशस्वी, आणि दुसरी– कृत्रिम वागणारी अयशस्वी.

> कृत्रिम वागणाऱ्या अयशस्वी लोकांना हे कधी समजत नाही, की कामाची क्रमवारी ठरवणे हे अत्यंत महत्त्वाचे असते.

कृत्रिम वागणारे अयशस्वी लोक स्वत:शीही प्रामाणिक नसतात. त्यांच्या स्वत:च्या आयुष्याबद्दल ती स्वत:लाच खोटं सांगत राहातात. इतरांशी अगदी अप्रामाणिकपणे वागूनसुद्धा आर्थिकदृष्ट्या यशस्वी होणं शक्य असतं; पण आपण आयुष्यात काय आहोत, आपल्या ध्येयापर्यंत जाणं आपल्याला कितपत जमणार आहे, आपण कुठे कमी पडतो, ह्या बाबतींमधे स्वत:शी अप्रमाणिक राहाणं संपूर्णपणे अशक्य आहे. अशा लोकांबद्दल जास्त विचार करूया म्हणजे कोणते लोक ह्या विभागात मोडतात, हे तुम्हाला सहज समजू शकेल. कदाचित तुम्ही स्वत:ही!

त्यांची स्वभाववैशिष्ट्यं अशी असतात–

(१) कृत्रिम उपेक्षा

(२) वस्तुस्थितीचा स्वीकार न करणे

(३) कामात बांधिलकी नसणे

(४) मत्सर

(५) उद्धट वागणूक

१. कृत्रिम उपेक्षा

ह्या लोकांना एखादी गोष्ट मिळत नाही, तेव्हा ते म्हणतात, ''माझ्या दर्जाला शोभेल असं नाहीच आहे ते!''

एक कोल्हा जेव्हा द्राक्षांच्या घडासाठी उड्या मारत राहिला आणि घडापर्यंत पोचू शकला नाही, तेव्हा त्यानं सांगून टाकलं, ''द्राक्षं आंबट आहेत! खरा अस्सल कृत्रिम-खोटी-उपेक्षा दाखवणारा अयशस्वी!''

२. वस्तुस्थितीचा स्वीकार न करणे

ते स्वत:भोवती गर्वाचं एक वर्तुळ करून ठेवतात. स्वत:च्या प्रत्येक वागणुकीचं समर्थन करण्याचं विशेष कौशल्य त्यांच्याजवळ असतं.

माझी चुलत बहीण तिच्या घड्याळाला किल्ली द्यायला ती चुकीच्या दिशेनं फिरवत होती. तिची छोटी मुलगी तिला म्हणाली, ''आई, तू चुकीच्या बाजूला फिरवते आहेस!''

''मला ठाऊक आहे गं, तसं फिरवलं तर काय होतं, हे मला फक्त बघायचं होतं.'' ती म्हणाली. स्वत:चं अज्ञान तिला तिच्या मुलीसमोर कबूल करायचं नव्हतं.

माझे शेजारी मेहता कुटुंब, हे फार छान कुटुंब आहे. श्री. मेहतांचा मुलगा निकुंज प्री-इंजिनिअरिंग परीक्षेला बसणार होता. जाता जाता मी त्याला विचारलं, ''कशी चालली आहे रे तयारी तुझी?'' तो म्हणाला, ''काहीच तयारी नाही आन्टी! खरं म्हणजे मी माझ्या बोर्डाच्या परीक्षेत इतका व्यग्र होतो, की ह्या वर्षी ही परीक्षा मी फक्त अनुभव मिळण्यापुरतीच देत आहे!'' त्याच्या उत्तरानं माझ्या बरंच लक्षात आलं!

पुढच्या वर्षी मेहता दंपतीनं त्यांचा मुलगा इंजिनिअरिंग परीक्षेत पास व्हावा म्हणून कोणताही प्रयत्न करण्याचं बाकी ठेवलं नाही. त्याला अभ्यासाला स्वतंत्र खोली, त्याला स्वत:चं स्वतंत्र वाहन आणि प्रत्येक विषयासाठी वेगवेगळी शिकवणी लावण्यात आली. परंतु 'निकाल' गेल्या वर्षीप्रमाणेच आला.

मी सहज म्हणूनच श्रीमती मेहतांना विचारलं, ''का असं झालं असेल बरं?''

''खरं म्हणजे ह्या वर्षी तो लक्ष लावून अभ्यास करू शकला नाही. टर्म चालू असताना मध्यंतरी त्याची आजी वारली. शिवाय त्याला त्याच्या फॅशन शोचीही तयारी करायची होती.'' त्यांनी स्पष्टीकरण दिलं.

''आणि इंजिनिअरिंग ही काही आता फार चांगली लाईन उरलेली नाही. तो आता कॉम्प्युटर सायन्सच करेल.'' श्रीयुत मेहता तेवढ्यात घाईघाईनं म्हणाले.

''आणि ऑन्टी, यंदा उकाडा तरी किती होता! रोज चार तास वीजकपात

असायची. दुपारी अभ्यासच करता यायचा नाही.'' मुलगा स्वत: म्हणाला.

मी मान डोलावली. सगळ्या सबबींचा पाढा ऐकता ऐकता मला गरगरायला लागलं होतं.

–आणि तेवढ्यावर संपत नाही!

काही काही गंमतीदार लोक संपूर्णपणे निरर्थक सबबी सांगतात. उदाहरणार्थ,

मी एकदा एका व्याख्यानासाठी दिल्लीला चालले होते. माझ्याजवळ दोन सूटकेसेस होत्या. स्टेशनवर मी माझ्या कनिष्ठ सहकाऱ्याला म्हटलं, ''रमण, एक बॅग तुला धरता येईल?''

''मॅडम, इतका त्रास होतोय हो मला!'' गालावर हात धरत त्यानं सुस्कारा टाकला.

''काय झालं?'' मी विचारलं.

''तोंडात फोड झालाय् माझ्या!''

''ओ!'' मीच आवंढा गिळला.

निरर्थक सबबींपैकी कमालीची निरर्थक सबब!

मला वाटतं आपल्यापैकी बहुतेक सर्वजण वेगवेगळ्या प्रसंगांसाठी आपल्या खास अशा हजार तरी सबबी लिहून काढू शकतील!

सर्वात महत्त्वाचा प्रश्न हा आहे, की माणसं अशा सबबी द्यायला इतकी तत्पर का असतात आणि त्या सबबी इतक्या असंख्य तऱ्हांच्या का असतात.

कारणं अशी आहेत :

- त्यानं सांगितलेली सबब लोकांना खरी वाटली आहे असं त्या सांगणाऱ्याला वाटतं, म्हणून तो ती पुन्हा सांगतो, ती खरी वाटावी म्हणून त्याच्या जोडीला आणखी पुराव्याच्या गोष्टी सांगतो.
- सांगणाऱ्याला असं दाखवायचं असतं, की त्याचं बरोबर होतं, पण परिस्थितीचाच दोष होता. इतरांवर दोष टाकून स्वत: निर्दोष आहोत असं दाखवण्याची त्याची इच्छा असते.
- ऐकणाऱ्याचा पाठिंबा त्याला हवा असतो. त्याच्या सबबी आणखीनच खऱ्या वाटू लागाव्या म्हणून ऐकणाऱ्याची सहानुभूती त्याला मिळवायची असते.

• सर्वात महत्त्वाचे म्हणजे प्रत्येक माणसाला स्वत:चे कौतुक करून घ्यायला आणि इतरांवर दोषारोपण करायला आवडते. स्वत:चीच चूक स्वीकारणे हे कठोर आणि यातना देणारे असते. जेव्हा जेव्हा शक्य असेल तेव्हा आपण स्वत:शी मऊपणाने वागतो.

मी अयशस्वी होतो तेव्हा मी भिंतीवर मूठ आपटतो.
कुठलीतरी गोष्ट मनासारखी होत नाही,
तेव्हा मी किंचाळतो, "का म्हणून मीच?"
जेव्हा काहीच धड होत नाही, तेव्हा मी प्रत्येक माणसाला
आणि प्रत्येक परिस्थितीला दोष देतो!

मी यशस्वी होतो तेव्हा मी हवेत तरंगत असतो.
सर्व काही नीट होते तेव्हा 'हे मी केले' असे म्हणताना
मला अत्यानंद होतो.
सर्व काही नीट होते तेव्हा मी ऐटीत
लोकांचे कौतुक स्वीकारतो!

किती हास्यास्पद, पण खरं आहे ना? प्रत्येक चांगल्या न होणाऱ्या गोष्टीबद्दल आपण इतरांना दोषी धरतो आणि प्रत्येक चांगल्या होणाऱ्या गोष्टीसाठी आपण स्वत:ची पाठ थोपटून घेतो!

आपल्याला अशी वाक्ये वापरायला आवडते :-

"मी माझ्याकडून प्रयत्नांची शर्थ केली, पण..."

"परिस्थिती जरा जास्त चांगली असती तर..."

"दोष माझा नव्हता."

"दैव मला कधी साथ देत नाही."

"सगळीकडे अन्यायपूर्ण पद्धती आहेत."

सबबी देण्याच्या ह्या सवयीतला सर्वात वाईट भाग असा आहे, की कृत्रिम वागणारी अयशस्वी माणसे इतरांपासून तर सत्य परिस्थिती लपवू बघतातच, पण स्वत:ही त्यातून सुटू बघतात. त्यांना सत्याला सामोरे जायचे नसते, वस्तुस्थिती स्वीकारायची नसते. तसे करण्याने ज्या यातना, अपमान आणि मानसिक ताण पडणार असतो, त्यातून त्यांना सुटका करून घ्यायची असते.

कृत्रिम वागणारे अयशस्वी लोक स्वतःशीही प्रामाणिक नसतात. त्यांच्या स्वतःच्या आयुष्याबद्दल ती स्वतःलाच खोटं सांगत राहातात.

माझ्या कार्यशाळेत भाग घेणाऱ्या एका मुलीनं मला तिची हकिगत सांगितली. तेवीस वर्षांच्या शैलीला संशोधन शिष्यवृत्ती मिळालेली आहे. तिनं सांगितलं, "मी शाळेत असताना, वयाच्या दहाव्या वर्षी असं लक्षात आलं, की माझे डोळे खूपच अधू आहेत. एका डोळ्याचा नंबर उणे आठ आणि दुसऱ्याचा उणे नऊ होता, शिवाय मला astigmatism नावाचा डोळ्यांचा विकारही होता. डॉक्टरांनी सल्ला दिला, की मी डोळ्यांना फार ताण देऊ नये. मी अभ्यासात चांगली होते, पण नंतर एकाएकी माझी पीछेहाट सुरू झाली. माझे आईवडील म्हणू लागले की तसे झाले तरी हरकत नाही, पण मी डोळ्यांना फार ताण देऊ नये.

माझ्या डोळ्यांच्या दुखण्यामुळे इतरांकडून माझी पीछेहाट स्वीकारली गेली तसतशी मी नीट अभ्यासच करेनाशी झाले. सहा वर्षे अशा सबबी देण्यात गेल्यावर एक दिवस अचानक 'आपण कोठे चाललो आहोत' असा विचार माझ्या मनात आला. डोळ्यांना ताण न देण्याच्या सबबीखाली मी माझ्या आयुष्याचं काय करणार होते? मी स्वत:लाच कठोर निग्रहानं हा प्रश्न केला आणि स्वत:शी हे कबूल केलं, की मी हे नक्कीच सुधारू शकेन.

माझी जबाबदारी मी स्वत:वर ज्या दिवशी घेतली, त्या दिवशी सबबी देण्याची गरज नाहीशी झाली आणि माझ्या आयुष्यावर मी नियंत्रण करू लागले." आज शैली मॅनेजमेंटमधे पीएच.डी. करत आहे.

**कधीही सबबी सांगू नका
उडवाउडवी करू नका.
जे आहे, ते स्वीकारा.
वस्तुस्थितीचा राजीखुषीने
स्वीकार करा.**

३. बांधीलकी नसलेले काम

अपयशाची काल्पनिक भीती एवढी मोठी असते, की बांधीलकी नसलेली माणसं, मनानं स्वत:ला गुंतवून न घेऊन, अपयश टाळू बघतात, आणि त्यांच्या अशा मनापासून काम न करण्यानं त्यांना अपयश येण्याची शक्यता वाढत जाते.

माझ्या चुलत भावानं सेल्स आणि मार्केटिंग मॅनेजमेंटमधे डिप्लोमा केला आणि त्याची इच्छा ईव्हेन्ट मॅनेजमेंटच्या क्षेत्रात काम करण्याची होती. पण त्यानं त्यासाठी फार श्रम घेतले नाहीत आणि एका वकिलाच्या ऑफिसमध्ये नोकरी धरली. तिथं सहा महिने काम केल्यानंतर त्याला नोकरीवरून दूर करण्यात आलं; कारण त्याच्यामधे मनापासून काम करण्याच्या वृत्तीची उणीव जाणवली. "मला काही वाईट वाटलं नाही. नाहीतरी ती कंपनी मला आवडतच नव्हती!" तो म्हणतो.

आता तो एका लहानशा ईव्हेन्ट मॅनेजमेंट ग्रुपबरोबर काम करत आहे, पण तो नेहेमीसारखाच असंतुष्टच आहे.

"हे तर खरंच आहे ना, की ही अगदीच लहान संस्था आहे." तो म्हणतो. कोठेच शंभर टक्के मन लावून काम करण्याची त्याची तयारी नाही.

४. मत्सर

कृत्रिमपणे वागणाऱ्या अयशस्वी लोकांच्या हे लक्षात येत नाही, की स्वत:ला नेहमी अयशस्वीच होणारे दुर्दैवी, असेच समजत राहिल्यामुळे ते स्वत:च स्वत:च्या अपयशाला कारणीभूत होतात.

आपलं नशीब आपण बदलू शकत नाही असं वाटून, आपण हे आहोत असेच राहाणार असं त्यांना वाटतं. म्हणून मग इतरांचा त्यांना मत्सर वाटू लागतो.

त्यांच्या मनात मत्सराचं विष आणि नकारात्मकता भरलेली असते.

माझी एक विद्यार्थीनी बोर्डाच्या परीक्षेला बसली. ती बुजरी पण खूप अभ्यास करणारी मुलगी होती. रूपानं चारचौघींसारखी आणि शांत स्वभावाची. अशा ह्या मुलीकडे फारसं कोणाचं लक्ष जात नसे. निकाल जाहीर झाला, तेव्हा कळलं की संपूर्ण राजस्थान प्रांतात ती बोर्डात तिसरी आली होती. आम्ही सगळे चकित झालो आणि आम्हाला खूप आनंदही झाला. पण माझ्या संस्थेतल्या वातावरणात मला मत्सर जाणवला. आमच्या कार्यशाळेत भाग घेत असलेल्या तिच्या वर्गातल्या काही मुलींनी जे शेरे मारले त्यामधून त्यांचा हेवा स्पष्ट जाणवत होता.

–''हल्ली ह्या बोर्डाच्या निकालांवर विश्वासच ठेवता येत नाही. परीक्षक ओळखीचे असले की निकालात बदल करून घेता येतो. तिच्या ओळखीचे असणार कोणी परीक्षक!''

–''तिचा नंबर आला होता त्या केंद्रामधे तर पुस्तकातूनसुद्धा कॉपी करता येते!''

एकीची मजल तर इथपर्यंत गेली, की ''तिच्या वडिलांचा स्टेशनरीचा धंदा आहे; त्यांनी परीक्षकांना पैसे चारले असणार. माझे वडील त्या धंद्यात असते, तर मी पहिलीसुद्धा आले असते!''

तिच्या यशावर त्यांची प्रतिक्रिया ''ऊं! त्यात काय मोठंसं?' ह्या पद्धतीची होती. त्या तिला नावं ठेवत होत्या. तिनं मिळवलेलं यश कमी लेखत होत्या, तिच्या वडिलांची बदनामी करत होत्या. तिचं यश त्यांना स्वीकारता येत नव्हतं.

मत्सरानं त्या अविवेकी झाल्या होत्या. त्यामुळं त्यांना न्यूनगंड निर्माण झाला होता आणि तो त्या लपवू बघत होत्या, पण लपवण्यात यशस्वी होत नव्हत्या.

निराशेमुळं मत्सर निर्माण होतो, तुलना होण्यानं तो पेटून उठतो. आपण प्रयत्नच करत नाही किंवा प्रयत्न करूनही यशस्वी होत नाही तेव्हा आपली निराशा होते आणि मग आपण इतरांशी आपली तुलना करू लागतो. आपल्या अपयशांची आपण इतरांच्या यशाशी जराशा मत्सरानं तुलना करतो. **आपल्या अपयशाबद्दल आपण सबबी सांगू लागतो आणि त्यांनी मिळवलेल्या यशाची टीका करू लागतो.**

हे वर लिहिलेलं सगळं वाचताना तुम्हाला असं नाही का वाटत, की हे तुमच्याही बाबतीत होतं? तुम्ही असं कधी वागला होतात ते आठवून बघा.

तुम्हाला मत्सर वाटत असेल, तर आणखी कोणत्या शत्रूची तुम्हाला जरूर नाही.

माझ्या शेजाऱ्यानं नवी कोरी 'एस्टीम' विकत घेतली,
तेव्हा माझं मन स्वत:शी म्हणालं,
"हे केवळ मला पडलेलं वाईट स्वप्नच असावं!"
माझा मित्र खेळांच्या स्पर्धेत बक्षीस मिळवतो
तेव्हा माझ्या मनात खदखदतं,
"हा ताप येऊन आजारी का पडत नाही?"
माझ्या प्रतिस्पर्ध्याला बक्षीस मिळतं,
तेव्हा माझं मन उलटी इच्छा करतं,
"एक वेळ येईल जेव्हा तोही खाली येईल!"
माझे वरिष्ठ माझ्या सहकाऱ्याच्या हुशारीची स्तुती करतात,
तेव्हा माझं मन इच्छा करतं,
"तुझी हळूहळू, तुकड्या तुकड्यांनी अधोगती होवो!"

तुम्हाला असं वाटतंय ना, की हे जरा अतीच आहे? अगदीच वाईट आहे? थांबा. विचार करा. आठवून बघा; ह्यातला कुठला विचार तुमच्या मनात कधी आला होता? काल–? परवा–? का आजच?

एका माणसाला दुसऱ्या माणसाचा हेवा वाटतो, तेव्हा तो आपली नापसंती दाखवू बघत असतो; तो त्याचे यश स्वीकारू शकत नाही.

त्याला असं वाटतं, तेव्हा नकळतच तो हे उघड करत असतो, की त्या दुसऱ्यानं जे केलं, ते त्याला करता आलं नाही, म्हणून तो स्वत:वर टीका करत आहे.

५. उद्धट वागणूक

हे कृत्रिम वागणारे अयशस्वी लोक हटकून उद्धट असतात. ते कोठेही वेळेवर पोचत नाहीत, कोणी त्यांना भेट दिली, तर आभार मानत नाहीत. त्यांच्या हातून चूक झाली, तर दिलगिरी व्यक्त करत नाहीत.

> "यशस्वी असणं आणि उशिरा येणं ह्यांच्यातील परस्पर संबंधाचा मापदंड लावून, मी जेवायला बोलावलेले पाहुणे किती उशिरा येतील ह्याचा अंदाज काढायला मला आवडतं. ज्याला खूप जबाबदारीची, चांगली नोकरी आहे, असा माणूस वेळेवर हजर होईल. ज्याला काही कामच नसतं असा माणूस खूप उशिरा येईल, किंवा येणारच नाही; ज्याची नोकरी अगदी साधी, विशेष वर जाण्याची संधीच नसलेली असेल, तो पंधरा मिनिटे ते एक तास उशिरा येईल."
>
> **— बेन्जामिन स्टेन**

आता प्रश्न उभा राहातो तो हा, की कृत्रिम वागणारे अयशस्वी लोक **बेपर्वा का असतात, सबबी का सांगतात, मत्सरी आणि उद्धट का असतात?**

कारणे अशी आहेत :-

- **प्रामाणिकतेचा अभाव**
- **योजनाबद्धतेचा अभाव**
- **दिरंगाई करत राहाण्याची सवय**
- **जबाबदारीचा अभाव**

● प्रामाणिकतेचा अभाव

आपल्यापैकी बरेच जण खूप काम करतात, पण फक्त काही वेळ. खूप काम करण्याचे झटके येतात, त्याने मधून मधून थोडं यश मिळतं.

कष्ट अखंड करतच राहिले पाहिजे. नियमितपणा नसेल, तर कष्टांचे फळ मिळणार नाही.

परंतु कृत्रिम वागणारे अयशस्वी लोक अनियमित असतात आणि कुठल्याही कामातील त्यांची रुची फार चटकन नाहिशी होते.

कष्ट, हे भरपूर, नियमित आणि फलदायी असले पाहिजेत.

जसे काम कराल, तसे फळ मिळेल.

लोक मला बरेचदा विचारतात, की मला यशाचे गुपित माहीत आहे का, आणि लोकांना त्यांची स्वप्ने खरी कशी करता येतील, ते मी सांगू शकेन का. माझं उत्तर असं आहे...

ती काम करून खरी करता येतील.

– वॉल्ट डिस्ने

- **योजनाबद्धतेचा अभाव**

तुमच्यामधे योजनाबद्धता नसेल, तर तुमची योजना अयशस्वी होण्याची आहे.

> **कृत्रिम वागणाऱ्या अपयशी माणसांना सत्य स्वीकारण्याने ज्या यातना, अपमान आणि मानसिक ताण पडणार असतो, त्यातून त्यांना सुटका करून घ्यायची असते.**

हृतिक रोशनने मोठा सिनेनट होण्यासाठी योजनापूर्वक काम केलं नसतं, तर तो इतका यशस्वी झाला नसता.

आम्ही योजनापूर्वक काम केलं नसतं, तर हे पुस्तक तुमच्या हाती पडलं नसतं.

परंतु कृत्रिम वागणाऱ्या अयशस्वी लोकांची योजनापूर्वक काम करण्याची वृत्तीही नसते आणि त्यांना तसा उत्साहही नसतो.

त्यांची स्वत:शीच बांधीलकी नसते. प्राथमिक महत्त्वाच्या गोष्टींना ते सर्वात शेवटी टाकतात. खरं बघितलं, तर सर्व काही करायला, अगदी सगळ्या महत्त्वाच्या गोष्टी करायला सुद्धा कधीच पुरेसा वेळ नसतो. परंतु कृत्रिम वागणाऱ्या अयशस्वी लोकांना हे कधी समजत नाही, की कामाची क्रमवारी ठरवणे हे अत्यंत महत्त्वाचे असते.

धोका पत्करण्याची कुवत नसणे–

जिंकण्यासाठी हारण्याचा धोका पत्करावाच लागतो.

–जीन क्लॉड केली

धोका म्हणजे अनिश्चितता आलीच. फायदा होईल असे वाटणारी संधी घेतल्यावर ती फायद्याची ठरली नाही असेही होऊ शकते.

धोका पत्करण्यात दोन्ही बाजूंचा विचार करून निर्णय घ्यावा लागतो. तो अविचारीपणाने पत्करलेला धोका नसतो– विचारपूर्वकच पत्करलेला असतो.

तुम्ही आईस्क्रीम खाता,
तेव्हा सर्दी होण्याचा धोका असतो.
तुम्ही जगत असता,
तेव्हा म्हातारे होण्याचा धोका असतो.
तुम्ही टीव्ही बघत राहिलात,

तर चष्मा लागण्याचा धोका असतो.
तुम्ही अति विचार केलात,
तर डोके गरगरण्याचा धोका असतो.
आपण मनानं किंवा हातानं जे काही करू,
त्या प्रत्येक गोष्टीत धोका असतो.

आपल्यातले बहुतेकजण आयुष्यात कमीत कमी धोके पत्करायचा प्रयत्न करतात, आपल्याला सुरक्षितपणा हवा असतो.

● **दिरंगाई करत राहाण्याची सवय**

कुठलीही गोष्ट निर्णय न घेता पुढे पुढे ढकलत राहाणे. कृत्रिम वागणारे अयशस्वी लोक प्रश्न टाळतात. जबाबदाऱ्यांपासून दूर राहातात आणि स्वत:चे फाजील लाड करत राहातात.

ते त्यांच्या समोरच्या प्रश्नांकडे कानाडोळा करत राहातात.

लहानसं काम केलं, तरी केवढे श्रम केले आहेत असं वाटून त्यांना विश्रांतीची जरूर भासते.

रोजची कामं करण्याच्या बाबतीतही ते स्वत:चे फाजील लाड करतात. ते एक तर स्वभावानंच आळशी असतात किंवा जाणूनबुजून आळशीपणा करतात.

स्वभावानं आळशी – फार काम कशाला करायचं, असं ह्या लोकांना वाटत असतं. त्यांच्या मते रात्री उशिरापर्यंत काम करणे किंवा दिवसभर श्रम करणे हा मूर्खपणा असतो. त्यांना त्यांच्या खोल्या स्वच्छ ठेवणं, त्यांच्या नोकरीधंद्याचं आणि आयुष्याचं व्यवस्थित आयोजन करणं जमत नाही. त्यांना कुठलीच गोष्ट तातडीची वाटत नाही.

जाणूनबुजून आळशी – ह्या लोकांच्या मते त्यांचा जन्म वाण्याचं सामान आणणे, मुले सांभाळणे, घर चालवणे, बिले भरणे असली फालतू कामं करण्यासाठी झालेला नसतो. ही माणसं महत्त्वाकांक्षी असतात, पण त्यांच्या मधे शिस्तीचा अभाव असतो. अगदी शेवटच्या क्षणी ते अगदी चोख काम करतात. पण फक्त यांना ज्यात रुची असेल तेच काम ते करतात, इतर जबाबदाऱ्या घेण्याचं टाळतातच.

''सुमीत क्रिकेट मॅच बघण्यासाठी जागरण करू शकतो, क्रिकेट मॅच खेळण्यासाठी लवकर उठू शकतो. त्याला संध्याकाळी हवी असेल ती बॅट

आणायला तो उन्हाचा दुकानात जाऊ शकतो– पण अभ्यास करण्यासाठी तो पहाटे उठू शकत नाही किंवा रात्री जागू शकत नाही. आमच्यासाठी काही आणायला दुपारी दुकानात जायचं असेल, तर 'बाहेर ऊन फार आहे' असं तो सांगतो!''

– एका आईवडिलांचं निरीक्षण

कृत्रिम वागणारे अयशस्वी लोक कामाची चालढकल मुख्यत: **अयशस्वी होण्याच्या भीतीनं** करतात. आपण काही केलं, तर त्यात अयशस्वी होऊ असं त्यांना वाटत असतं. काही केलंच नाही, म्हणजे अयशस्वी होण्याचा प्रश्नच नसतो म्हणून ते कामं पुढे ढकलत राहाण्याच्या सवयीच्या स्वाधीन त्यांची आयुष्यं करतात. ते अशी वाक्यं वापरतात–

वेळच कुठे आहे?
असल्या वेडपट गोष्टी करायला मला वेळ नाही.
मला विश्रांतीची जरूर आहे.
आजचा दिवस फार धावपळीत गेला.
मला जास्त महत्त्वाच्या गोष्टी करायच्या आहेत,
म्हणून मी हे काम नंतर करेन
('नंतर' कधीच येत नाही).

तुम्हाला खरं वाटेल का, की :-

अमेरिकेत लेस वास नावाच्या माणसानं 'कामं पुढे ढकलणाऱ्यांचा' क्लब काढला आहे. ही कामं पुढे ढकलण्याची कला तो १९५६ मध्ये त्यानं ह्या क्लबची स्थापना केली, तेव्हापासून वापरत आहे. १८१२ च्या युद्धाबद्दल ह्या क्लबने, १९५० च्या दशकात व्हिएतनाममधील लढाई ऐन जोरात असताना निषेध व्यक्त केला! लिबर्टी बेलला तडा गेला म्हणून ती जिथे बनली, त्या इंग्लंडमधल्या व्हाइटचॅपेल फाऊंड्रीकडून पैसे परत मागण्यासाठी ह्या क्लबचे सदस्य इंग्लंडला गेले. फाऊंड्रीने पैसे परत देण्याचे कबूल केले, पण अट अशी होती, की घंटा त्यांनी मूळ पॅकिंगमधे परत करावी!

(वॉल स्ट्रीट जर्नलमधून – डाना मिलबँककडून)

• जबाबदारीचा अभाव

मोठेपणा मिळण्यासाठी जबाबदारी घेण्याची किंमत मोजावी लागते.

लोकांबरोबर बोलताना माझ्या लक्षात आलं आहे, की त्यांची सर्वात कठीण समस्या 'निर्णय घेणे' ही असते.

निर्णय घेणं ही गोष्ट अवघड असते, कारण आपण एक गोष्ट करायचं ठरवतो, तेव्हा दुसऱ्या काही सोडाव्या लागतात.

तुम्ही एकाचवेळी उभं राहाणं आणि बसणं, हे करू शकत नाही.

निर्णय घेण्याच्या बाबतीत आणखी एक जास्त गंभीर बाब असते. निर्णय जर अनेकांनी मिळून घेतला, तर त्याच्या परिणामाची जबाबदारीही सर्वांनी मिळून घ्यायची असते. अर्थात परिणाम चांगला आला नाही, तर लोक एकमेकांना दोष देण्याचा प्रयत्न करतातच.

आणि परिणाम चांगला आला, तर सर्व श्रेय स्वत:कडे घेऊ बघतात.

परंतु निर्णय जर एका व्यक्तीनंच घ्यायचा असेल, तर मग परिणाम काहीही आला, तरी संपूर्ण जबाबदारी त्या व्यक्तीचीच असते.

तो यशस्वी झाला किंवा हरला, तरी तो एकटाच जबाबदार धरला जातो.

त्यामुळे कृत्रिम वागणारे अयशस्वी लोक निर्णय घेण्यास घाबरतात. कारण निर्णयांची जबाबदारी घेण्याची किंमत मोजावी लागते.

राकेशनं पाच वर्षांपूर्वी आमची मदत मागितली. त्याला मोठा प्रश्न पडला होता. त्याच्या आई-वडिलांची इच्छा त्यानं इंजिनिअरिंगला जावं अशी होती, पण त्याला त्यात रुची नव्हती. त्याला फाईन आर्टस् मध्ये कला विषयांचा अभ्यास करायचा होता. त्याच्या आईवडिलांना हे अजिबात पसंत नव्हतं.

"जे तुला जन्मभर आनंदानं करायला आवडेल, ते कर." – आम्ही सुचवलं.

"पण त्यांना तर मी ते करायला नको आहे."

"तुझा निर्णय तू स्वत: घे." मी आग्रहपूर्वक सांगितलं.

"पण ते यशस्वी झालं नाही, तर ते सोडणार नाहीत मला. कायम मला दोष देत, टोमणे देत राहातील." त्याच्या आयुष्याची जबाबदारी स्वत: घेण्यास तो तयार नव्हता. इंजिनिअरिंगची प्रवेश परीक्षा तो पास होऊ शकला नाही. आता तो जिल्ह्याच्या कोर्टात कनिष्ठ कारकून आहे.

तुम्ही स्वतःच्या निर्णयाशी ठाम राहू शकत नसाल, तर तुम्हाला पुन्हा कधीही संधी मिळणार नाही.

प्रिय वाचकहो,

काहीच न शिकणाऱ्या आणि कृत्रिमपणे वागणाऱ्या अयशस्वी लोकांच्या स्वभाववैशिष्ट्यांबद्दल तुम्ही वाचलंत.

हे प्रकरण वाचून विचार करा आणि तुम्ही काय केले पाहिजे आणि काय करू नये, ते लिहून काढा :-

मी हे करेन	मी हे करणार नाही
(१)	(१)
(२)	(२)
(३)	(३)
(४)	(४)
(५)	(५)

डोळे बंद करा. नंतर ह्या प्रकरणातील तुम्हाला अत्यंत आवडलेली एक-दोन वाक्ये खाली लिहा.

....

....

....

....

■

सुरुवात

आत्तापर्यंत आपण काहीच न शिकणारे अयशस्वी लोक आणि कृत्रिमपणे वागणारे अयशस्वी लोक ह्यांची स्वभाववैशिष्ट्ये बघितली. आता तिसऱ्या प्रकारच्या लोकांबद्दल विचार करूया. **दिखाऊ यशस्वी लोक.**

पण थांबा– एक गोष्ट स्पष्ट केली पाहिजे.

कृत्रिमपणे वागणारे अयशस्वी लोक आणि दिखाऊ यशस्वी लोक ह्यांच्यात एक सूक्ष्म फरक आहे.

दोघेही मुळात सारखेच असतात. दोघेही स्वत:शी अप्रामाणिक असतात. दोघांचंही वागणं कृत्रिम असतं आणि ते इतरांकडे तुच्छतेने बघतात.

पण, दोघांमध्ये जे फरक आहेत, ते लक्षात ठेवा. मोठा फरक असा, की कृत्रिमपणे वागणाऱ्या अयशस्वी लोकांना त्यांच्या स्वभावातील उणिवा, त्यांच्या अपयशाची कारणं ह्यांची जाणीव असते. पण इतरांपासून ह्या उणिवा ते लपवून ठेवतात. दिखाऊ यशस्वी लोकांना त्यांच्या स्वभावातील उणिवांची जाणीवच नसते, आणि स्वत:ला ते इतर सर्वांपेक्षा श्रेष्ठ समजतात.

कृत्रिमपणे वागणारे अयशस्वी लोक, यशस्वी होत नाहीत आणि इतर लोक जे मिळवून दाखवतात, त्याची ते उपेक्षा करतात. दिखाऊ यशस्वी लोक स्वत:चं यश फुगवून सांगतात आणि इतरांचं यश तुच्छ लेखतात.

कृत्रिमपणे वागणाऱ्या अयशस्वी लोकांना त्यांच्या अंगच्या गुणांची जाणीव असूनही ते पुरेसा प्रयत्न करत नाहीत. दिखाऊ यशस्वी लोक थोडासा प्रयत्न करतात आणि खूप थोड्या यशानं आपण खूप मिळवलं आहे असं त्यांना वाटू लागतं.

तेव्हा आता ह्या तिसऱ्या तऱ्हेच्या दिखाऊ यशस्वी लोकांबद्दल जास्त अभ्यास करूया.

दिखाऊ यशस्वी लोक : गर्विष्ठ, ढोंगी लोक–

> **ध्येयं ही आयुष्याबरोबर मैलांच्या दगडासारखी जात असतात. आपण एकापर्यंत पोचलो, की आपली नजर पुढच्या ध्येयाकडे लागते.**

"यश हे मुक्कामाचे ठिकाण नाही, तो न संपणारा प्रवास आहे."

यश म्हणजे आयुष्यात आपण जे ध्येय ठरवलं असेल, ते मिळवणं; आपली विशेष चांगली महत्त्वाकांक्षा पूर्ण करणं.

पण ध्येयं ही आयुष्याबरोबर मैलांच्या दगडासारखी जात असतात. आपण एकापर्यंत पोचलो, की आपली नजर पुढच्या ध्येयाकडे लागते आणि आपले अटळ असे अंतिम मुक्कामाचे ठिकाण– मृत्यू– येईपर्यंत हा प्रवास चालू राहातो.

काही लोक यश मिळवणं हा एक लहानसा प्रवास समजतात, आणि ते त्या टप्प्याला पोचले की थांबतात. त्यांनी केलेल्या छोट्या प्रवासानं ती संतुष्ट असतात आणि कायम तेथेच राहातात.

तेवढा तो प्रवास आणि त्यातील अनुभव त्यांना जन्मभर पुरतात. एका ठरवलेल्या ध्येयापर्यंत पोचणे किंवा लहानसे यश मिळवणे हे त्यांना आत्मसंतुष्ट बनवायला पुरेसे असते.

जेव्हा एकच विजय मिळवलेला असतो
पण त्याबद्दल सांगत राहाणं सदैव चालूच राहातं,
तेव्हा पुढे आणखी यश मिळवण्याच्या आशा ओसरू लागतात.
सांभाळा! दिखाऊ यशस्वी माणूस उभा होत आहे!

एखाद्या सोळा वर्षांच्या मुलाला विचारलंत, की "तुझं आयुष्यातलं सर्वात मोठं ध्येय काय आहे?"

बहुतेक तो ह्यापैकी एक उत्तर देईल– "डॉक्टर, इंजिनिअर, पायलट, ड्रेस डिझायनर."

तुम्ही आणखी विचारलंत, "मग पुढे?"

बहुतेक करून पुढे काही उत्तर नसेल.

आपल्याला जे शिकायचं असतं त्याला आपण आपलं ध्येय समजतो. तसं म्हटलं तर आपलं ध्येय पंचवीस वर्षं पूर्ण होण्याआधीच हाती येईल. मग उरलेलं आयुष्य माणूस काय करणार असतो?

हा घोटाळा आपण नेहमी करतो, की आपल्याला जे शिकायचं असतं, त्याला आपण आपलं ध्येय समजतो. ह्या व्याख्येप्रमाणे विचार केला, तर आपलं ध्येयं, वयाची पंचवीस वर्षं पूर्ण होण्यापूर्वीच आपल्या हाती येईल. मग उरलेलं आयुष्य तो माणूस काय करणार असतो?

लहान वयात मिळवलेलं एखादं यश ज्यांना आयुष्यभर संतुष्ट ठेवतं, जे स्वतःबद्दल बढाया मारत राहातात, जे इतरांबद्दल ठाम मतं सांगत राहातात आणि पुढे जन्मभर जागच्या जागीच राहातात, ते दिखाऊ यशस्वी लोक असतात.

मिळवलेलं यश फुगवून सांगण्याचा दिखाऊ यशस्वी लोकांचा स्वभाव असतो.

त्यांची प्रमुख स्वभाववैशिष्ट्यं अशी :

- बढाया मारणं
- इतरांबद्दल ठाम मतप्रदर्शन करणं
- जागच्या जागीच राहाणं
- अहंमन्यता

• बढाया मारणं

स्वत: मिळवलेलं यश प्रमाणाबाहेर फुगवून सांगणे.

एखादा दिखाऊ यशस्वी विद्यार्थी त्याच्या वर्गात एकदा पहिला आला असेल, तर तो बढाई मारतो, ''मी माझ्या शाळेत नेहमीच पहिला असायचा!''

एखादा दिखाऊ यशस्वी व्यावसायिक असेल आणि त्याच्या एखाद्या सहकाऱ्यानं, त्यानं सादर केलेल्या माहिती अहवालाचं कौतुक केलं, तर तो बढाई मारतो, ''अरे, मी माझं भाषण संपवलं ना, तेव्हा लोक उभे राहून टाळ्या वाजवत राहिले!''

एखाद्या दिखाऊ यशस्वी वृद्ध गृहस्थांची तब्येत उत्तम असेल, तर ते बढाई मारतात, ''तरुण कसं राहावं ह्या विषयावर मी पुस्तक लिहिणार आहे आता!''

> **दिखाऊ यशस्वी लोक दोन तऱ्हेचे असतात. आत्ममग्न असणारे आणि आत्मस्तुती करणारे. आत्ममग्न लोकांना प्रत्येक माणसाला आपण खूप आवडावं असं वाटत असतं. आत्मस्तुती करणाऱ्यांना त्यांच्याबद्दलच सर्वांनी बोलावं असं आवडतं.**

दिखाऊ यशस्वी लोक दोन तऱ्हेचे असतात :

आत्ममग्न असणारे आणि आत्मस्तुती करणारे.

आत्ममग्न लोकांना प्रत्येक माणसाला आपण खूप आवडावं असं वाटत असतं. त्यांना प्रत्येकाचं, प्रत्येक ठिकाणी, प्रत्येक वेळी त्यांच्याकडेच लक्ष असावं असं वाटत असतं. आत्मस्तुती करणाऱ्यांना सगळीकडे आपल्या नावाची चर्चा व्हावी असं वाटत असतं. ते प्रत्येकाशी, प्रत्येक ठिकाणी आणि प्रत्येक वेळी स्वत:बद्दलच बोलतात.

आत्ममग्न (किंवा अहंगंड म्हणूया) असणाऱ्या माणसाच्या आयुष्यातील एक दृश्य :-

सा. मा. = सामान्य माणूस

अ. गं. मा. = अहंगंड असलेला माणूस

अ. म. मा. = अहंमन्य (किंवा आत्मस्तुती करणारा) माणूस.

सा. मा. : "काय, कसे आहात?"

अ. गं. मा. : "मी नेहमी मजेतच असतो. (मनात तुझ्यापेक्षा तर नक्कीच!)"

सा. मा. : निवडणुकांमध्ये कुठल्या पक्षाला पाठिंबा देणार तुम्ही?

अ. गं. मा. : कुठल्याच पक्षाचे लोक माझ्याकडे पाठिंबा मागायला आले नाहीत, तेव्हा मला पर्वा नाही!

सा. मा. : आम्ही एक सभा बोलवायचं ठरवतोय निवडणुकांच्या आधी. याल का तुम्ही?

अ. गं. मा : मी संघटन समितीत असतो तर आलो असतो.

सा. मा. : प्रचार समितीत राहू शकता तुम्ही. जाऊन भेटा ना पक्षाध्यक्षांना.

अ. गं. मा. : मी का जाऊ? मी उत्तम वक्ता आहे हे त्यांना ठाऊक आहे.

आत्मस्तुती करणाऱ्या किंवा अहंमन्य माणसाबरोबरचं एक संभाषण :-

सा. मा. : काय, कसे आहात?

अ. म. मा. : ठीक आहे. पण मला रात्री झोप लागली नाही, की माझा सारा दिवस वाया जातो. काल रात्री बाहेरच्या गलक्यामुळं माझी अर्धशिशी कमालीची उसळली.

सा. मा. : कुठल्या पक्षाला पाठिंबा देणार आहात ह्या निवडणुकीत?

अ. म. मा. : जवळ जवळ सगळ्याच पक्षांचे लोक आले होते माझ्याकडे, पण मी अजून नक्की ठरवलेलं नाही. मी विद्यापिठाच्या निवडणुकीला उभा होतो तेव्हा कमाल झाली होती. सगळे प्रतिस्पर्धी मला अगदी दबून होते!

सा. मा. : केव्हा उभे होतात तुम्ही निवडणुकीला?

अ. म. मा. : ओ:! फार पूर्वी, जेव्हा निवडणुका अगदी पारदर्शक वातावरणात व्हायच्या. अमेरिकेत होतो ना मी, (महिनाभर!) तेव्हा तिथली निवडणुकांची पद्धत बघितली. ती खरी प्रामाणिक निवडणूक.

खरं तर मी कितीतरी पातळ्यांवरच्या कितीतरी निवडणुका बघितल्यात. मी एका बहुराष्ट्रीय कंपनीचा मॅनेजिंग डायरेक्टर होतो ना, तेव्हा आम्हाला बऱ्याच लोकांना नोकरीवर ठेवायचं असायचं. आमच्या गोल्फ क्लबचा डायरेक्टर म्हणून आम्ही आमचे प्रतिनिधी निवडतो.

अमेरिकेत असताना दोन उमेदवारांमधलं चर्चासत्र बघितलं. चर्चासत्राच्या तयारीलाही मी मदत केली. त्यांना खूप आवडली मी केलेली मदत.

मी एरवीही चांगला वक्ता आहे. मी माझ्या कंपनीचा नेहमीच प्रवक्ता असे. मी टीव्हीवरही आला होतो... (बिचाऱ्या सामान्य माणसाला बोलण्याची संधी न देता तो बोलतच राहातो!).

ते गॅस सिलेंडरसारखे असतात. एकदा का वरचं झाकण उघडलं, की गॅस यायचा थांबतच नाही!

असे बरेच लोक असणार तुमच्या ओळखीचे. शोधलेत तर खूप सापडतील.

ते गॅस सिलेंडरसारखे असतात. एकदा का वरचं झाकण उघडलं, की गॅस यायचा थांबतच नाही!

पण सर्वात महत्त्वाचा प्रश्न असा आहे की–

आपल्याला बढाई मारण्याची जरूर का भासते?

कारणं अशी आहेत–

१. दिखाऊ यशस्वी लोकांना वाटतं, की त्यांच्या बढाया मारण्यानं ते इतरांवर छाप पाडत आहेत.

२. त्यांची अशी चुकीची समजूत असते, की ऐकणाऱ्याला न्यूनगंड वाटेल, मत्सर वाटेल. बढाया मारून ते इतरांवर कुरघोडी करू बघतात.

३. ह्यांच्यातल्या काहींना 'मी पण–'चा गंड असतो. टीव्हीवर प्रत्यक्ष स्थळावर घेतलेलं शूटिंग किंवा क्रिकेट मॅच दाखवत असतात, तेव्हा पाठीमागे दिसणाऱ्या लोकांमधल्या काहींना कॅमेऱ्याकडे बघून हातवारे करताना पाहिलं आहे तुम्ही? त्यांना त्यांच्याकडे लक्ष वेधून घ्यायचं असतं. तसंच. बढाईखोर लोकांना वाटतं, की ते सारखं स्वत:बद्दल सांगत राहिले, तर लोकांचं त्यांच्याकडे लक्ष जाईल.

४. आत्मस्तुती करणाऱ्या लोकांना वाटतं की कदाचित स्वत:बद्दल सांगायची त्यांना ही शेवटची संधी आहे. म्हणून ते पापणीही लवू न देता अखंड बोलत राहातात.

५. सर्वात महत्त्वाचं म्हणजे बढाया मारणाऱ्या लोकांना मनातून असुरक्षितता आणि न्यूनगंड असतो. आपल्याकडे कोणाचं लक्ष जाणार नाही अशी त्यांना भीती वाटत असते. ते हरतऱ्हेच्या खटपटी करून त्यांच्यापेक्षा

जास्त चांगली माणसं असतानाही, स्वत:चं कर्तृत्व खूप मोठं आहे असं दाखवत राहातात, कारण त्यांना स्वत:बद्दल खात्री नसते.

मित्रहो, आणखी एक गोष्ट समजून घेऊया.

सर्व जगातच खूप काही बदलत आहे. विचारांच्या गतीत बदल होत आहे. बदल झाले म्हणजे निवडीला भरपूर वाव असतो, पण त्याबरोबर गोंधळही वाढू शकतो.

आज साधारण कुवत, काही काळ का होईना, खऱ्या हुशारीला दाबून ठेवू शकते किंवा नीटसपणे पुढे ठेवली गेलेली साधारण कुवत, हुशार लोकांच्या शोधात असणाऱ्यांना गोंधळात टाकू शकते. तेव्हा सावध राहिलं पाहिजे.

आपण बढाया मारू नयेत, पण

आज साधारण कुवत,
काही काळ का होईना,
खऱ्या हुशारीला
दाबून ठेवू शकते किंवा
नीटसपणे पुढे ठेवली गेलेली
साधारण कुवत,
हुशार लोकांच्या शोधात
असणाऱ्यांना गोंधळात
टाकू शकते.

जे सत्य असेल, ते सांगत राहिलं पाहिजे.

हुशारी नेहमीच आपोआप पुढे येतेच, हे खरं नाही. सध्याच्या उच्च तंत्रज्ञानाच्या जगात खोटे खडे खऱ्या हिऱ्याला कधी कधी झाकोळून टाकू शकतात. तेव्हा हिऱ्यानं, 'मी हिरा आहे' हे सांगणं जरूर आहे.

पण म्हणजे त्यानं अशा बढाया मारण्याची जरूर नाही, की "खरी चमक असलेला खडा मीच एकटा आहे. माझी किंमत इतरांपेक्षा जास्त आहे. हे सगळं प्लॅटिनम आणि सोनं पाहिलंय् मी, माझ्या झळाळीची तुलना कशाशी होऊच शकत नाही."

एखादा माणूस खरोखरच सर्वात उत्तम असेल तर तसं त्यानं ओरडून सांगण्याची गरज नसते.

आपली हुशारी जगासमोर ठेवा, सत्य गोष्टी नम्रपणे सांगा, पण बढाया मारू नका.

• इतरांबद्दल ठाम मतप्रदर्शन करणं

निर्णयात्मक भाषाशैली–

दिखाऊ यशस्वी लोक नेहमी आव आणत असतात आणि बहुतेक नेहमीच, ते असा आव आणत असतात, की जे काही घडलं असेल, त्याचं नेमकं कारण त्यांनाच माहीत असतं. बहुतेक सर्व प्रसंगांमध्ये निर्णय देण्याचा अधिकार त्यांना आहेच असं त्यांना वाटत असतं; त्यामुळे कुठल्याही घटनेबद्दल निर्णयात्मक मत देण्याची त्यांची कुवत आहेच असं ते समजतात. ते अशा काही अधिकारवाणीनं निर्णयात्मक मत देऊन टाकतात, की जणू काही वेगळं काही सत्य असूच शकत नाही.

एक कुत्रा एका हॉटेलमध्ये शिरला. तेथे सर्व भिंतींवर आरसे होते. आत शिरल्याबरोबर प्रत्येक आरशात त्याला स्वत:चं प्रतिबिंब दिसलं.

"किती कुत्रे ह्या हॉटेलमधे!" त्याला वाटलं. तो मोठ्यानं भुंकला. आवाजाचा प्रतिध्वनी उमटला आणि

सगळेच कुत्रे उलट त्याच्यावर भुंकत होते असे दिसले. "फारच भांडखोर आणि रागीट" तो स्वत:शी म्हणाला. मग तो खाली वाकला, आपलं पोट दाखवून मग त्यानं शेपूट हलवलं. प्रत्येक कुत्र्यानं अर्थात तसंच केलं.

"आता त्यांनी मला मित्र मानलं आहे. मी त्यांना आवडलो आहे. ते किती चांगले आहेत."

ठाम मतप्रदर्शन करण्याचा मला अधिकार नसतो.

माझी आई मला नेहमी एक गोष्ट सांगते–

एका सरकारी ऑफिसात एक स्टेनो पत्रे टाईप करत होती. आणि तिचा एक सहकारी एका पत्राचा मसुदा तयार करत होता. एकाएकी तिच्या साडीवर त्याला झुरळ दिसलं आणि तो ते झटकून टाकायला गेला. तिच्या अंगावर वाकून तो ते झटकत होता, त्याच्या एकदम अशा येण्यानं ती दचकली आणि तिचा तोल गेला. त्याच क्षणी त्यांचा आणखी एक सहकारी त्या खोलीत शिरला. खरं काय झालं ते जाणून न घेता त्यानं ह्या दोघांबद्दल, पदरचा मालमसाला घालून एक चमचमीत अफवा ऑफिसमध्ये पसरवली. न्यायाधीशाच्या खुर्चीत बसून त्यानं आपला निर्णय जाहीर केला होता.

दिखाऊ यशस्वी लोकांना प्रत्येकाबद्दल मत बनवून टाकणं फार छान जमतं. ही सर्वत्र घडणारी गोष्ट आहे.

दिखाऊ यशस्वी लोक नेहमी पटकन निर्णयाला येण्यास तयारच असतात.

दोन अस्थिरोगतज्ज्ञ हॉस्पिटलमधून बाहेर पडत होते, तेव्हा त्यांना एक माणूस लंगडत चालताना दिसला. "घोट्यात फॅक्चर झालंय् त्याच्या." एकजण म्हणाला.

"नाही. मांडीचं हाड मोडलंय्." दुसरा म्हणाला.

तो माणूस जवळ येईपर्यंत दोघं वाद घालत राहिले. त्याला त्या दोघांनी विचारलं,

तेव्हा तो म्हणाला, ''माझी चप्पल तुटलीय् हो!''

पण प्रश्न उरतो तो असा, की–

हे लोक इतक्या सहजपणे इतरांबद्दल मत देऊन मोकळे का होतात?

कारणं अशी आहेत–

१. दिखाऊ यशस्वी लोकांना नेहमी वाटत असतं, की त्यांचं नेहमी बरोबरच असतं. ते जे बघतील किंवा त्यांना जे वाटेल, ते त्यांना खरं वाटतं आणि मग ते त्याच मताला चिकटून राहातात.

२. 'शंकेचा फायदा (benefit of doubt)' कोणालाही देण्याची त्यांना गरज वाटत नाही. तसा तो द्यायचा, तर मत ठरवण्यापूर्वी थोडी मुदत द्यावी लागते. पण जिथं इतरांचा संबंध येतो, तिथं त्यांच्या मनात एक मत पक्कं करून टाकण्याची त्यांना घाई असते.

एका कुटुंबात सगळे बहिरे होते.

वडील शेतकरी होते, ते त्यांच्या शेतात काम करत होते. रस्त्यानं जाणारा एक माणूस तिथे आला आणि हात लांब करत त्यानं विचारलं, ''हा रस्ता गावाकडे जातो का?''

शेतकरी बहिरा, तो जे समजला त्याचं त्यानं उत्तर दिलं, ''मला माझी जमीन विकायची नाही.''

तो माणूस निघून गेला.

त्याचवेळी शेतकऱ्याची बायको त्याचं जेवण घेऊन आली आणि तिनं जेवणाचा डबा उघडला.

''एक माणूस आला होता आणि त्याला माझी जमीन विकत घ्यायची होती!'' तो माणूस गेला त्या दिशेला बोट दाखवत शेतकरी रागानं म्हणाला.

''रोज वेगळा काय स्वयंपाक करू? खा हेच आता, आणखी काही नाही!'' बायकोनं उत्तर दिलं आणि ती रागानं तरातरा निघून गेली.

रस्त्यात तिला तिचा मुलगा भेटला, त्याला तिनं त्याच्या वडिलांच्या वागण्याबद्दल सांगितलं.

''मला शेतावर यायला एक दिवस उशीर झाला, तर तू त्याचं एवढं अवडंबर

का माजवतेस?'' तो रागानं ओरडला.

आई घरी आली. तिची सून आंघोळ करून केस विंचरत होती. सासूनं सुनेला सगळं सांगितलं.

''तुम्हाला मत्सरच फार वाटतो! मी चांगली दिसले, तर ते तुम्हाला आवडत नाही!'' सून म्हणाली.

तिनं नणंदेजवळ तक्रार केली.

''भाभी! तुम्हाला चांगलं वाटेल त्या घरी लग्न लावून द्या माझं, मला काय विचारताय!'' ती लाजून म्हणाली.

हे असं होतं, कारण आपल्या मनात जे असतं, तेच आपल्या डोक्यात येतं, आणि तेच खरं, असं आपण समजून चालतो.

मला खरोखर समजत नाही, की लोक इतरांना 'काळे' किंवा 'पांढरे' म्हणून मोकळे का होतात! खरं तर आपल्यातला प्रत्येकजण 'करडाच' असतो.

काही दिखाऊ यशस्वी लोक सोयीप्रमाणे त्यांची मतं बदलतातही. पक्ष बदलणारे राजकारणी हे एक उत्तम उदाहरण आहे. त्यांच्या श्रद्धा आणि आदर्श ते भराभर बदलतात आणि जनतेलाही ते पटवू बघतात. अशा दिखाऊ यशस्वी लोकांना फसणारे भोळे लोक, हे सर्वात जास्त नुकसान करतात.

● जागच्या जागी राहाणं

दिखाऊ यशस्वी लोक फार लवकर आत्मसंतुष्ट होतात. थोडासा वेळ चमकून जाणाऱ्या धूमकेतूसारखे ते असतात.

जागच्या जागीच राहाणं म्हणजे प्रगती खुंटणं, वाढ थांबणं. ह्या लोकांची प्रगती खुंटते कारण त्यांना उत्साह किंवा आतून प्रेरणा नसते.

एकदा एका वक्तृत्वस्पर्धेला निर्णायक म्हणून आम्हाला बोलावले होते. स्पर्धा अवघड नव्हती पण विशेष प्रसिद्ध असलेली होती.

विजेता निशांत खूपच खूष झाला होता.

पुरस्कार देताना मी म्हटलं, ''छान बोललास. तुझे उच्चार सुधार. तू उत्तम वक्ता होशील.''

खांदे उडवून तो म्हणाला, ''मी जिंकलो आहे म्हणजे मी उत्तम आहेच.''

तो आत्ममग्न, आत्मसंतुष्ट होता.

अशी माणसं नदीतल्या खडकासारखी असतात,
ज्याला आपणही रोज नदीसारखे वहात असतो असं वाटत असतं.

ते स्वप्नांच्या दुनियेत असतात. दिखाऊ यशस्वी लोक खरे एकाच जागी असतात, पण आपण प्रगती करत आहोत असं ते स्वत:ला सांगत राहातात.

सरकारी अधिकारी हे अडकून राहाणाऱ्या कामाचं उत्तम उदाहरण आहे. कुठलीही योजना वेळेवर पूर्ण होत नाही आणि मूळ योजनेत ठरवलेल्या रकमेत होत नाही.

प्रत्येकजण आपापल्या जागी स्वस्थचित्त असतो.

ह्या लोकांची शारीरिक प्रगती आणि नैतिक प्रगतीही खुंटलेली असते.

१. शारीरिक प्रगती खुंटणे

भारतीय विचारसरणीप्रमाणे बहुतेक सर्व आई-वडिलांना आपल्याला म्हातारपण आलं असं वाटू लागतं. साठीला पोचेपर्यंत ते आळसावलेले तरी असतात किंवा त्यांना ह्या ना त्या व्याधीनं ग्रासलेलं असतं. त्यांना त्यांच्या शरीरांना विश्रांती द्यायची असते. माझे काका अठ्ठावन्नाव्या वर्षी निवृत्त झाले आणि त्यांनी अभिमानानं जाहीर केलं, ''आता आणखी काम करायचं नाही! चाळीस वर्षं मी सतत काम करतो आहे. आता मी आराम करणार आणि मजा करणार!'' आणि खरोखरीच त्यांनी काहीही केलं नाही.

अमेरिकेतील आमचे स्नेही डेरिल– वय ७२ आणि टोबी– वय ७० दरवर्षी त्यांच्या १६०० सीसीच्या मोटारसायकलवर प्रवासाला जातात. ते त्यांच्या वयाची काळजी करतच नाहीत. कितीतरी लोक शारीरिकदृष्ट्या खूप लवकर खुंटल्यासारखे होतात.

कॅन्सरने पीडित असलेला एक लेखक मृत्युशय्येवर होता. आपला मृत्यू जवळ आला आहे हे त्याला ठाऊक होतं. एकाएकी तो पेन आणि कागद शोधू लागला. नोकराच्या आधारानं तो कसाबसा उठून बसला आणि हळूहळू काहीतरी लिहू लागला. नोकर घाबरून गेला आणि त्याला 'पडून राहा' असं सांगू लागला. त्याला कळेना, की तेव्हाच लिहायला हवं होतं, असं इतकं महत्त्वाचं काय होतं? त्यानं काकुळतीला येऊन मालकाला विचारलं, ''माझ्या नव्या कादंबरीत मी एका पात्राच्या मृत्यूचं वर्णन केलं आहे, ते बरोबर नाहीये. आता

त्या वेदना जेव्हा मला होत आहेत, तेव्हा मी त्या जास्त चांगल्या वर्णन करू शकेन!'' मालक म्हणाला.

काम अजिबात थांबलं नव्हतं. नाहीतर आपण! एक शिंक आली, की आराम करायला लागतो आणि घसा दुखत असला तर काम करायचं बंद करतो!

२. नैतिक वाढ खुंटणे

अशी वाढ खुंटणे हे खूपच ठिकाणी होत असते, पण शोधून काढणे मात्र फार अवघड असते. आपली नैतिकता शिथिल होण्यामुळे आणि जीवनमूल्यांची घसरण होण्यामुळे हे होते. अनेकजण असे म्हणतील की हे वाढ खुंटणे नव्हे, हे नैतिक मूल्ये खाली जाणे आहे, कारण आपली नैतिकता कमी झाली आहे. पण खरं असं आहे, की नैतिकतेचा चेहरामोहराच बदलला आहे.

एका खूप श्रीमंत सद्गृहस्थांची मला आठवण येते. समाजात अत्यंत दानशूर म्हणून ते प्रसिद्ध आहेत. अलीकडेच त्यांनी एका क्लबच्या नव्या इमारतीसाठी म्हणून दहा लाख रुपयांची देणगी दिली. त्यांचे नाव त्या इमारतीवर लिहिले जाईल, असे आश्वासन त्यांना दिले गेले होते. मतिमंद मुलांसाठी चालवल्या जाणाऱ्या एका संस्थेच्या कार्यकारिणीची मी सदस्य असल्याने मी त्यांच्याकडे काही देणगी मागायला गेले.

''तुम्हाला दिलेल्या देणगीत इन्कमटॅक्सची सूट मिळते का?'' प्रश्न आला.

''बऽरं, नसला देत तुम्ही, तर अशी किती माणसं येतात ती शाळा बघायला? नाही, म्हणजे माझं म्हणणं असं, की मी पैसे दिले, तर ते किती लोकांना कळेल?'' मला धक्काच बसला.

जो मनुष्य क्लबच्या इमारतीवर स्वत:चं नाव घातलं जावं म्हणून लाखो रुपये देतो, त्याला एका छोट्या, गरजू संस्थेला दिलेल्या छोट्याशा देणगीतून आयकरात सूट हवी होती!

तुमची नीतिमूल्यं तुम्हाला असं सांगत नाहीत का, की उच्चभ्रू समाजात तुमचा मोठेपणा दाखवण्याऐवजी काही मानसिकरीत्या दुर्बल मुलांना मदत करावी?

माझा एक बालमित्र इलेक्ट्रॉनिक्स इंजिनिअर झाला. त्याचे आई-वडील सरकारी शाळेत शिक्षक होते.

मध्यमवर्गीय कुटुंबातला तो एकुलता एक मुलगा होता, आणि साध्यासुध्या वातावरणात वाढला होता. त्याला शिकागोला जाण्याची संधी मिळाली.

तो गेला आणि तिथं स्थायिक झाला. गेल्या वर्षी तो हिंदुस्थानात आला. मी त्याला भेटले तेव्हा मला कळलं की त्याला तीन वर्षांचा मुलगा आहे. मी त्या मुलाबद्दल विचारलं,

तो म्हणाला, "आम्ही भेटायला आलो आहोत. तेवढं पुरेसं आहे. त्यानं असल्या रस्त्यांवरून प्रवास करण्याची, हे पाणी पिण्याची, हा उकाडा सहन करण्याची, मी कल्पनाच करू शकत नाही. म्हणून आम्ही इथे आहोत, तितके दिवस तो तिथे होस्टेलमध्ये राहाणार आहे."

मी आपल्या नीतिमूल्यांचा विचार करू लागले. हे अत्यंत जरुरीचं नाही का, आपलं कर्तव्यही नाही का, की आपल्या मुलांना आपल्या देशाबद्दलच्या चांगल्या आणि वाईट गोष्टींची जाणीव आपण करून द्यावी? जो देश त्यांचा आहे, तो देश आपण त्यांच्यापासून का हिरावून घेतो? माझं असं म्हणणं नाही, की इथे इतके प्रश्न आहेत, तरीही आपण सर्वांनी इथेच राहावं. माझा हेतू हा विचार मांडण्याचा आहे, की भारतातील चांगल्या आणि वाईट गोष्टींसकट तो आपला देश म्हणून स्वीकारायला मानसिक ताकद लागते हे लक्षात घेतलं पाहिजे.

- **अहंमन्यता**

दिखाऊ यशस्वी लोकांचे दोन चेहरे असतात. एक त्यांना स्वत:ला आणि त्यांच्या अगदी जवळच्या लोकांना ठाऊक असतो.

दुसरा चेहरा इतर लोकांना दाखवला जातो. तो बनावटी असतो. जवळ गेल्यावर दिसणारी विद्रूप छिद्रं झाकून टाकणारा तो मुखवटा असतो.

त्यांची छोटीशी उपलब्धीही ते लोकांना विसरू देत नाहीत. ते मोठ्या

खुबीनं स्वत:साठी लहानसहान उपलब्धी मिळवतात आणि स्वत:ला एक आदर्श म्हणून लोकांपुढे ठेवू बघतात.

ते स्वत:बद्दल अशा काही पद्धतीनं बोलतात, की लोक (विशेषत: काहीच न शिकणारे अयशस्वी लोक) भारून जातात आणि त्यांच्याकडे खूप आदरानं बघतात. ते प्रत्येक गोष्टीबद्दल स्वत:चं मत, असं काही प्रचंड हुशारी दाखवल्यासारखं सांगतात, की अयशस्वी लोकांना त्यांचं म्हणणं खरं वाटतं आणि ते त्यांचे अनुयायी होतात.

ते राहिलेले असतात जागच्या जागी अडकूनच, पण मोठ्या शैलीनं. त्यांचं तसं एकाच टप्प्यावर अडकून राहाणं हा त्यांना कराव्या लागलेल्या श्रमांचा परिणाम आहे, असं ते सांगतात (ह्या श्रमांबद्दलच्या गोष्टी बढायांमध्ये येऊन गेलेल्याच असतात).

त्यांची नैतिक वाढ खुंटलेली असण्याचं वर्णन 'समाजसेवा' अशा शब्दात केलं जातं. एखाद्या कामातली त्यांची रुची ही त्यांची सामाजिक बांधीलकी मानली जाते. त्यांची मानसिक वाढ खुंटलेली आहे हे लोकांच्या कधीच लक्षात येत नाही, कारण तसं ते कधी दिसून येऊ देत नाहीत.

त्यांची जनतेसमोरची प्रतिमा ही एखाद्या सुंदर सजवलेल्या पॅकेटसारखी असते, फक्त आतला माल रद्दी असतो.

जे आतला माल वापरतात, त्यांनाच फक्त त्याचा दर्जा समजतो, बाकी बहुतेक सर्व लोकांना बाहेरच्या सुंदर पॅकिंगचीच भुरळ पडते.

कृत्रिम आयुष्य जगणाऱ्या बऱ्याच दिखाऊ यशस्वी लोकांना तुम्ही भेटला असाल. इतरांकडे तुच्छतेने बघून ते स्वत: मोठे आहेत, असं दाखवू बघतात.

आता वाचायचं थांबा.

विचार करा.

स्वत:शी संवाद साधा आणि लिहून काढा–

१. मी बढाया मारते/मारतो? जर उत्तर 'हो' असेल, तर का?

. . . .

. . . .

२. मी इतरांबद्दल फार लवकर मत बनवते/बनवतो? जर उत्तर 'हो' असेल, तर का?

. . . .

. . . .

३. मी फार लवकर आत्मसंतुष्ट होते/होतो? जर उत्तर 'हो' असेल, तर का?

. . . .

. . . .

४. मी अहंमन्य आहे? मी अशी/असा कशामुळे झाले/झालो?

. . . .

. . . .

५. स्वत:ला सुधारण्यासाठी काय करण्याचा मी विचार केला आहे?

. . . .

. . . .

■

सुरुवात

एव्हाना अनेक तऱ्हेचे अयशस्वी लोक आपण पूर्णपणे समजून घेतले आहेत. ते कसे असतात आणि ते तसे का असतात, हे आता आपल्याला ठाऊक आहे.

अयशस्वी लोकांचे काही स्वभावविशेष **दुधारी तलवारीसारखे** असतात. ते सकारात्मक किंवा नकारात्मक तऱ्हेने वापरता येतात.

पुढील प्रकरणात हे दुधारी स्वभावविशेष सुधारून घेणं आपण शिकणार आहोत. कसं, ते बघूया.

ह्या प्रकरणात आपण खरी आणि सकारात्मक टीका करायला शिकणार आहोत.

आपण परिणामकारक तक्रार करायला शिकणार आहोत.

स्वत:वर आणि इतरांवरही विश्वास कसा ठेवावा हे शिकणार आहोत.

तुलना करण्याची तंत्रं आपण शिकणार आहोत.

शिकण्यासाठी दिशानिर्देश

आपल्या सगळ्यांनाच कधी ना कधी अपयश येतं. अपयश वेगवेगळ्या कारणांनी येऊ शकतं. पण अपयश येणं ह्यासंबंधी विचार न करता; **अपयशातून काय शिकता येईल ते आपण बघूया.**

आपल्यामधे असलेल्या उणिवांमुळे अपयश येते. आपल्यातल्या काही उणिवा आपण दूर केल्या पाहिजेत, तर काही उणिवाच जमेच्या बाजूमध्ये बदलल्या पाहिजेत. प्रथम आपल्या उणिवा जमेच्या बाजूत कशा बदलायच्या, ते बघू.

टीका कशी करावी

खरं पाहिलं, तर टीका म्हणजे चांगल्या आणि वाईट दोन्ही बाजूंचा विचार करून दिलेले मत असते.

टीका कशी करावी

- **टीका नेहमी सरळ, थेटपणे करावी**
- **टीका नेमकेपणाने केलेली असावी**
- **टीकेत कडवटपणा असू नये.**

> आपल्याला टीका करायला खूप आवडते आणि कोणी आपल्यावर टीका केलेली अजिबात आवडत नाही.

सर्वसाधारपणपणे, टीका म्हणजे नापसंती किंवा दोष दर्शवणे असे समजले जाते. **टीका ही नेहमीच वाईट नसते; टीका करण्याची पद्धत वाईट असू शकते.**

आधी म्हटल्याप्रमाणे, आपण साधारणपणे चुकीची किंवा नकारात्मक टीका करतो, जिच्यामुळे त्या व्यक्तीचा अपमान होतो आणि ती दुखावली जाते. टीकाच करू नये असे नाही, पण टीका योग्य आणि सकारात्मक असावी.

आपल्याला टीका करायला खूप आवडते आणि कोणी आपल्यावर टीका केलेली अजिबात आवडत नाही.

आपण विशेष योग्य कारण नसतानाही लोकांची टीका करू, पण आपली योग्य कारणास्तव कोणी टीका केलेलीही आपल्याला आवडत नाही. आपल्यावर टीका केलेली आवडत नाही कारण तो आपण आपला अपमान समजतो. दुसऱ्या कोणासमोर (टीका करणाऱ्यासमोरही) टीका स्वीकारणे आपल्याला मंजूर नसते. आपल्याला ती त्यांनी आपल्या बाबींमध्ये केलेली लुडबुड वाटते. अशी जी कोणी व्यक्ती असेल, तिने आपल्यापुरते बघावे असे आपल्याला वाटते.

तुम्ही बर्गर पाहिला आहे? तो कशाचा करतात? ब्रेडच्या दोन मऊ भागांच्या मधे जास्त टणक पदार्थ घातलेला असतो. तशी टीकेची सुरुवात मृदू शब्दात करावी. मधे खरी आणि योग्य टीका असावी आणि शेवट मृदू शब्दात करावा.

तुम्ही जेव्हा टीका करता, तेव्हा–

१. सरळ, थेट टीका करा :- कोणाच्याही गैरहजेरीत त्याच्यावर टीका करू नये, कारण-

(अ) त्याला जर समजले, तर तुम्हाला शरम आणि संकोच वाटेल.

(ब) त्याला जर समजलेच नाही, तर त्या टीकेचा काय उपयोग झाला?

(क) ज्याच्यावर टीका कराल तो उपस्थित नसेल, तेव्हा आपण वाजवीपेक्षा जास्त बोलून जातो आणि इतरांची करमणूक होते.

तुम्हाला जे म्हणायचे असेल ते त्या व्यक्तीच्या तोंडावर म्हणण्याइतके मनोबळ ठेवायला शिका, नाहीतर तोंड बंद ठेवा.

२. टीका नेहमी नेमकी असावी :- अधांतरी, गोलगोल बोलू नका. मुद्देसूद बोला आणि थोडक्यात आवरा.

आपण पुष्कळदा टीकेमध्ये आपले व्यक्तिगत गैरसमज मिसळतो आणि मग आपला शब्दांचा भडिमार चालूच राहातो.

**टीका ठोस, नेमकी,
स्वच्छ असावी.**

३. टीकेत कडवटपणा असू नये :- आपल्याला टीका करण्याची सवय लागून जाते.

'वा! किती छान!', 'फार छान!' असे शब्द जास्त वेळा वापरण्याची सवय लावून घ्या.

प्रत्येक गोष्ट तिरक्या रेघेसारखी असते, जी दोन्ही बाजूंनी खेचून मोठी करता येते. आपल्याला हवं, तर आपण ती अगदी वाईट, पूर्णपणे निरर्थक आहे असं ऐकणाऱ्याला वाटेल, असं बोलू शकतो आणि आपल्याला हवं, तर तीच गोष्ट आपण अतिशय छान आणि उत्तम आहे असंही बोलू शकतो.

जेव्हा परमेश्वर पिता घडवत होता.

जेव्हा परमेश्वर 'वडील' बनवत होता तेव्हा त्यानं एक उंच अंगकाठी बनवण्यापासून सुरुवात केली. शेजारी बसलेली एक परी म्हणाली, "असे कसे वडील? मुलं जर तुम्ही जमिनीपासून थोडीच वर इतकी लहान बनवणार, तर वडील इतके उंच कशाला? त्यांना गुडघ्यावर वाकल्याशिवाय गोट्या खेळता येणार नाही, खाली न वाकता बाळाला झोपवता येणार नाही, खूप खाली न वाकता बाळाचा पापाही घेता येणार नाही!"

परमेश्वर स्मित करून म्हणाला, "खरं आहे, पण मी त्याला मुलाएवढाच केला, तर मुलं उच्च आदर्श म्हणून कोणाकडे बघतील?" आणि परमेश्वरानं जेव्हा वडिलांचे हात केले, तेव्हा ते मोठे आणि बळकट केले.

परीनं मान हलवली आणि म्हटलं, "एवढ्या मोठ्या हातांनी लंगोटांच्या पिना, छोटी बटणं, रबर बँड्स लावता नाही येणार!"

परमेश्वरानं स्मित केलं आणि तो म्हणाला, "खरं आहे, पण छोटा मुलगा खिशातून जे जे काढेल ते सगळं मावण्याइतके ते मोठे आहेत आणि तरी लहान मुलाचा चेहरा ओंजळीत धरण्याइतके लहान आहेत."

परमेश्वरानं सबंध रात्र काम केलं. वडिलांना मोजकेच शब्द दिले पण भक्कम, आधारयुक्त वाणी दिली; सारं काही दिसेल, पण तरी शांत आणि सहनशील राहील अशी दृष्टी दिली. आणि शेवटी, जवळजवळ नंतरच सुचल्यासारखे ***अश्रूही*** *दिले.*

मग परीकडे वळून त्यानं विचारलं, "आता तुझं समाधान झालं का, की आई इतकंच वडीलही प्रेम करू शकतील?"

आणि परीनं मग आणखी टीका केली नाही.

[ऑसिनिंग (एन-वाय्) सिटीझन रजिस्टर जून १५, १९७३ मधून, संक्षिप्त]

तक्रार कशी करावी

एखाद्या परिस्थितीबद्दलचा किंवा व्यक्तीबद्दलचा असंतोष तक्रारीतून व्यक्त होतो. जेव्हा दुसरा काही मार्ग दिसत नाही, तेव्हा आपण तक्रार करतो.

तक्रार कशी करावी

- **तक्रार करणे आवश्यक असेल तेव्हा तक्रार करावी.**
- **योग्य वेळी, समर्पक शब्दात तक्रार करावी.**
- **शांत राहून तक्रार करावी.**
- **अतिशयोक्ती न करता तक्रार करावी.**
- **चूक तुमचीच असेल तर तक्रार करू नका.**

● तक्रार करणे आवश्यक असेल तेव्हा तक्रार करावी

लोक कोठेही आणि कशाहीसाठी तक्रार करतात. पुढील प्रसंगात तुम्ही स्वत: आहात अशी कल्पना करा–

तुम्ही सकाळी उठल्यावर बघता, तर नळाला पाणी नसते.

"पुन्हा पाणी नाही! हे पाणीपुरवठा खातं अगदी कुचकामी आहे!" तुम्ही तुमचा राग व्यक्त करता.

ऑफिसला जाताना रस्त्यातल्या खड्ड्यांमुळे गाडीत धक्के बसतात.

> **तुमच्या तक्रारीचा काहीही उपयोग नसेल, तर ती करून काय उपयोग? ते केवळ आपला वेळ आणि शक्ती वाया दवडणं आहे.**

"हे रस्ते कधीही सुधारणार नाहीत. हे रस्ते मुळी रस्तेच नाहीत, नुसते आपले इकडे तिकडे काँक्रीटचे तुकडे टाकून ठेवलेत, झालं!" तुम्ही पुन्हा ओरडता.

तुम्ही ऑफिसच्या इमारतीत पोचता. वीजकपातीमुळे लिफ्ट चालू नाही!

तुम्ही तक्रारींचं रडगाणं गात आठव्या मजल्यापर्यंत चढून जाता. "ह्या देशात कधी धड काही होणारच नाही. सगळं बंद आहे जागच्या जागी!"

जरा विचार करा. तुम्ही अवतीभोवतीच्या सर्वांना गाऱ्हाणी सांगितलीत. त्याचा खरोखर काही उपयोग झाला? तुमची तक्रार पाणीपुरवठा खाते, पब्लिक वर्क्स खाते किंवा सरकारपर्यंत कोठेही पोचणार नाहीये. मग कशाला तक्रारी सांगायच्या? त्यात वेळ आणि शक्ती दोन्ही वाया जातात. शिवाय आपल्या डोक्याला त्रास होतो तो वेगळाच. आपल्यालाच असहाय्य आणि चिडचिडं वाटायला लागतं.

बसल्या जागी तक्रार करून काहीही फायदा नसतो तेव्हा जे जसं असेल, ते तसं स्वीकारायला शिकावं.

तुम्ही टाइमबॉम्ब बघितलाय? त्याचा स्फोट होतो, पण ठरलेल्या, नेमक्या योग्य वेळी. तुम्हाला तक्रार करायची असेल तर ती तशी करावी.

- **योग्य वेळी, समर्पक शब्दात तक्रार करावी**

तुमचे शिक्षक तुमच्या शंकांना जर समाधानकारक उत्तरं देत नसतील, तर तुम्ही तक्रार करावी, पण शांतपणे, सरळ शब्दात.

एकदा न्यूयॉर्क एअरपोर्टवर मी एका प्रवाशाला, त्याचे सामान नीट न हाताळण्याबद्दल तेथील पोर्टरवर ओरडताना बघितलं.

तो तक्रार करत होता, ओरडत आणि भांडत होता आणि तो कोण आहे ह्याबद्दल बारीकसारीक माहिती देत होता. पोर्टरनं शांतपणानं सर्व ऐकून घेतलं आणि सामान आणून ठेवलं. तो परत आत जात होता, तेव्हा मी त्याचं कौतुक केलं, "तू शांत राहिलास ते चांगलं केलंस, नाहीतर चांगलाच तमाशा झाला असता."

मिष्किलपणे स्मित करत तो म्हणाला, "तो माणूस चाललाय शिकागोला आणि त्याचं सामान आता जाईल मिशिगनला!"

तो पोर्टर हे असं करू शकला. उलट उत्तर देण्याऐवजी त्यानं हा मार्ग पत्करला. प्रवाशाला मात्र त्याच्यासारखं तक्रार करत भांडण्यामुळं खूप त्रास सहन करावा लागला.

म्हणून योग्य वेळी, योग्य शब्दातच, तक्रार करायला शिका.

- **शांत राहून तक्रार करावी**

तुम्हाला तुमची नापसंती किंवा वैताग दाखवायचा असेल, तेव्हा टाकून किंवा अपमानकारक बोलू नका. तक्रार जेव्हा शांत पण भक्कम आवाजात केली जाते, तेव्हा त्याचा जास्तीत जास्त परिणाम होतो.

तक्रार हे विधान असावं,
निर्णायक मत नसावं.

- **अतिशयोक्ती न करता तक्रार करावी**

दोष काढण्याच्या बाबतीत लोक जरा जास्तच अतिशयोक्ती करतात.

एक जोडपं आमच्याकडे आलं. पत्नी आमच्या कार्यशाळेत येत होती आणि ती आपल्या पतीला घेऊन आली होती.

''मॅडम, तुम्ही ह्यांच्याशी बोला. त्यांचं प्रेमच नाही माझ्यावर!'' तिनं तक्रार केली. तिचा आवाज कापत होता.

तिच्या नवऱ्यानं दुसरीकडे बघत एक सुस्कारा टाकला.

''का असं म्हणतेस तू निशी?'' मी शांतपणे तिला विचारलं.

''दोन महिन्यांपूर्वी माझा वाढदिवस ते विसरले. गेल्या आठवड्यात माझं वाहन बिघडलं होतं. मला ऑफिसमधे घ्यायला यायचं त्यांनी कबूल केलं आणि मग विसरले! काल आमच्या लग्नाचा वाढदिवस होता तेव्हा माझ्यासाठी भेट आणायलाही ते विसरले! आपल्याला जे महत्त्वाचं वाटत नाही, ते आपण विसरतो. माझ्या बाबतीत हे सगळं विसरतात. ह्याचाच अर्थ त्यांचं प्रेमच नाही माझ्यावर!'' ती बोलणं संपवत म्हणाली.

''ह्याचा अर्थ तो विसराळू आणि अनवधानी आहे!'' मी तिची चूक सुधारली.

त्याच्या विसराळूपणाची प्रेमच नसणं अशी अतिशयोक्ती केली गेली होती.

दहावीत शिकणारी श्रुती खूप कामसू आणि उत्साही आहे. आमच्या कंपनीनं ठेवलेल्या वक्तृत्व स्पर्धेमधे तिला पहिलं बक्षीस मिळालं. म्हणून आमच्या एका कार्यशाळेत भाग घेण्याची संधी तिला मिळाली. कार्यशाळा संपल्यावर तिची आई आम्हाला भेटायला आली. आल्या आल्या खुर्चीवर बसण्याच्याही आधी ती घाईघाईनं बोलू लागली, ''मॅडम, कृपा करून श्रुतीला सांगा ना जरा. तिची यंदा दहावीची परीक्षा आहे. ती रोज खेळायला जाते, दोन तास टीव्ही बघते, बराच वेळ झोपते. अशानं तर नापास होईल ना परीक्षेत ती!''

''किती तास अभ्यास करतेस तू रोज श्रुती?'' मी हसून विचारलं.

''रोज पाच तास.'' ती केविलवाणी म्हणाली.

''मग तुम्ही काळजी नका करू मिसेस शर्मा.'' मी तिच्या आईची समजूत घातली. ती इतर अनेक गोष्टींमधे भाग घेत होती, म्हणून ती अभ्यासाकडे लक्ष देत नाही अशी अतिशयोक्तीपूर्ण तक्रार करण्यात येत होती, हे चूक होतं.

• चूक तुमचीच असेल तर तक्रार करू नका

तुम्ही नीट पेरणीच केली नसेल, तर पावसाबद्दल किंवा जमिनीबद्दल तक्रार करण्यात अर्थ नाही.

तुम्ही परीक्षेत नापास झालात तर अनपेक्षित प्रश्न विचारले होते म्हणून तुम्ही कुरकुरता आणि परीक्षक चांगल्या दर्जाचे नव्हते असे म्हणता.

तुम्ही हे का कबूल करत नाही, की तुम्ही जरूर तेवढा अभ्यास केला नव्हता.

आपण सगळे जाणून असतो, की 'आपण जसं पेरतो, तसं आपल्याला मिळतं'. तुम्ही नीट पेरणीच केली नसेल, तर पावसाबद्दल किंवा जमिनीबद्दल तक्रार करण्यात अर्थ नाही.

दुसऱ्यावर दोष ढकलणं फार सोपं असतं. तसंच तक्रार करणं सोपं असतं. पण तक्रार करायची, तर ती नीट करायला शिका.

एका लढाईनंतर वार्ताहरांनी जनरलचं अभिनंदन केलं आणि विचारलं, ''ह्या विजयाचं श्रेय कोणाला जातं?''

जनरलसाहेबांनी थोडासा विचार केला; मग त्यांनी उत्तर दिलं, ''ते मला ठाऊक नाही. पण एक गोष्ट नक्की. आम्ही हरलो असतो, तर तो दोष माझा असता.''

मनातून विश्वास बाळगायला कसं शिकायचं

काही माणसं अशी असतात की ज्यांना कशाचाच आणि कोणाचाच विश्वास वाटत नाही. आसपासची सगळी माणसं दुष्टपणानंच सगळं काही करत असतात असं त्यांना वाटत असतं. त्यांचा कोणावरच विश्वास नसतो.

मनातून विश्वास बाळगायला कसं शिकायचं

''मी एक चांगला मनुष्य आहे आणि माझे हेतू चांगले आहेत.'' स्वतःशी असं म्हणत जा आणि तसं वागत जा.

तुमच्याबद्दल बोलल्या जाणाऱ्या चांगल्या गोष्टींचा आनंद माना; त्यांचा विपरीत अर्थ घेऊ नका.

खात्री नसेल तर त्याचा फायदा इतरांना मिळू द्या (संशय घेऊ नका).

काही माणसांना जगात काही चांगलं, सकारात्मक दिसतच नाही, कारण सगळं जग त्यांच्यासारखंच आहे, असं त्यांना वाटतं.

जे लोक उत्साही असतात त्यांना सगळीकडे उत्साह आणि उत्सुकता दिसते.

एखाद्या किरण बेदीला चंद्रावर पाठवली तरी तिला हवं तेवढं काम करायला सापडेल. इतर बऱ्याचजणांना इथल्या इतक्या सगळ्या कामाच्या आणि गडबड गोंधळाच्या मधेही 'काय करायचं' ते समजत नाही.

अशा लोकांना खिन्न आणि रडकं रहायलाच आवडतं. त्यांना 'कशात काही आशा नाही' असं वाटत असतं, त्यांचे चेहरे नेहमी लांब आणि दुःखी असतात आणि ते इतर चेहरेही तसेच करू बघतात.

विश्वास टाकायला शिका,
त्यामुळं आपण जवळ येतो.
संशयीपणानं आपण एकटे पडतो.

तुम्ही छोटं बाळ बघितलंय? लहान मुलं बहुतांशी निष्पापपणे विश्वास टाकतात आणि कोणाबद्दलही मतं ठरवत नाहीत.

आपण त्यांच्यासारखे का होऊ शकत नाही? प्रयत्न करून बघा. तुमच्यातलं मूलपण जिवंत ठेवा म्हणजे तुम्ही स्वतःवरही विश्वास टाकू शकाल आणि इतरांवरही.

स्वतःमधे विश्वास ठेवायला खालील गोष्टींची मदत होईल :-

- **मी एक चांगला मनुष्य आहे आणि माझे हेतू चांगले आहेत, असं स्वतःशी म्हणत जा आणि त्यावर विश्वास ठेवा.** हळूहळू तुम्हाला वाटायला लागेल की इतरांचे हेतूही चांगले असतात.
- **तुमच्याबद्दल कोणी चांगलं बोललं तर त्याचा आनंद माना. त्याचा विपरीत अर्थ घेऊ नका.**

तुमच्याबद्दल बोलल्या जाणाऱ्या चांगल्या गोष्टींबद्दल शंका घेऊ नका. त्यानं काही हेतूनंच असं म्हटलं असेल असं मनात का आणायचं? कोणी कौतुक केलं, तर त्यानं तुमचं काही नुकसान तर होत नाही. सुरुवातीपासूनच विश्वास टाकणं टाळायची काही जरूर नाही.

कोणी तुमचा विश्वासघात केला, तर त्याला क्षमा करा, पण त्याचं नाव विसरू नका.

- **खात्री नसेल तर त्याचा फायदा इतरांना मिळू द्या.**

तुम्हाला पूर्णपणे अनपेक्षित असं कोणीतरी काही केलं, किंवा म्हटलं, तर एकदम निर्णयाला पोचू नका. त्याच्या हेतूबद्दल खात्री नसेल तर त्याचा फायदा त्याला मिळू द्या.

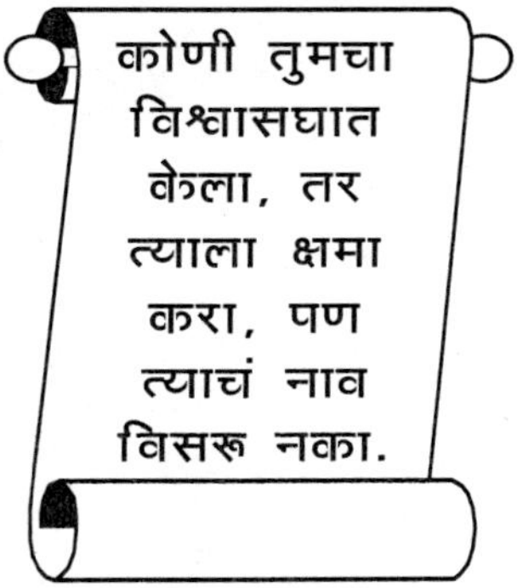

दुसऱ्या महायुद्धात एका जनरलनी त्याच्या रेजिमेंटला एकत्र बोलावलं. त्यांच्यातल्या काहीजणांना एका धोकादायक कामगिरीवर पाठवायचं होतं. त्यांनी हुकूम दिला. "ह्या अवघड कामगिरीवर ज्यांना जायचं आहे, त्यांनी दोन पावलं पुढे या."

तेवढ्यात एक बिनतारी संदेश आला. तो घ्यायला गेलेले जनरल परत आले तेव्हा त्यांना सगळे सैनिक एकाच ओळीत उभे असलेले दिसले. ते त्यांना भ्याड आणि देशभक्ती नसलेले म्हणाले.

संतापाच्या भरात त्यांच्या हे लक्षात आलं नव्हतं की रेजिमेंटमधले सगळेच लोक दोन पावलं पुढे आले होते!

तुलना कशी करावी

तुलना म्हणजे वस्तू किंवा लोक ह्यांचा एकत्र विचार करून त्यांच्यातल्या समानता आणि फरक असलेल्या गोष्टी शोधून काढणे.

फरक ह्या एका शब्दात, जे काही सर्व ह्या जगात आहे ते सगळं आलं. प्रत्येक व्यक्ती, प्रत्येक जिवंत प्राणी आपापल्या परीने वैशिष्ट्यपूर्ण असतो. पण आपण ह्या भिन्न गोष्टींमधलं साम्य शोधतो.

> **तुलना कशी करावी?**
> **तुलना करण्याचा एकच मार्ग आहे–**
> **स्वतःशी तुलना करणं**

आपण तुलना का करतो?

● सर्वात चांगली वस्तू निवडण्यासाठी आपण वस्तूंची तुलना करतो. आपण काही वस्तू विकत घेतो तेव्हा आपण इतर वस्तूंबरोबर त्याच्या गुणदोषांची तुलना करतो. परंतु एकदा आपण वस्तू विकत घेतली म्हणजे मग तुलना करणं निरर्थक असतं.

● माणसं आणि वस्तू ह्यात फरक आहे. आपण वस्तूबद्दल बोलतो, तेव्हा त्याच्या गुणवत्तेबद्दल विचार करतो. माणसांच्या बाबतीत तसं नसतं. त्यामुळे मित्र/मैत्रीण किंवा पती/पत्नी निवडताना तुलना करण्यात काही अर्थ नाही. एखाद्या कामासाठी मनुष्य ठेवताना तुलना करून निवडणं बरोबर आहे, कारण त्या कामासाठी कसा मनुष्य हवा आहे, त्यासाठी काही मापदंड ठरवलेले असतात.

● बहुतांशी आपण दोन वस्तू किंवा दोन व्यक्तींमध्ये काय किंवा कोण, जास्त चांगलं किंवा जास्त वाईट आहे हे बघण्यासाठी तुलना करतो. असं होतं तेव्हा एक व्यक्ती उच्च स्थानी बसली आहे आणि दुसरीला आपण अगदी खाली कुठेतरी आहोत असं वाटू लागतं.

आपल्या मुलांच्या मनात महत्त्वाकांक्षा उत्पन्न करायला म्हणून आपण त्यांची इतर मुलांशी तुलना करतो, ह्या हेतूने, की त्यांनी इतर मुलांसारखा खूप अभ्यास

केला तर त्यांनाही इतर मुलांसारखे खूप मार्क मिळतील.
लक्षात ठेवा :

तुम्ही तुमच्या मुलाची तुलना जर त्याच्या मित्राशी करत असाल, तर मग तुमचा मुलगा तुमची तुलना त्याच्या मित्राच्या आई-वडिलांशी करू लागला, तर काय होईल ह्याची कल्पना करा.

तुलना करणं हा प्रेरणा देण्याचा निर्दय, कठोर मार्ग आहे.

आपल्याला बरेचदा सांगितलं जातं की 'त्याच्यासारखा हो' किंवा 'तिच्यासारखं कर' आणि जेव्हा जेव्हा आपल्याला असं सांगितलं जातं, तेव्हा आपल्याला ते अजिबात आवडत नाही. कोणालाही जबरदस्तीनं दुसऱ्या कोणासारखं व्हायला सांगितलेलं आवडत नाही.

एखादं मूल जेव्हा सचिन तेंडूलकर किंवा इंदिरा गांधींसारखं व्हायचं ठरवतं, तेव्हा ती त्याची/तिची निवड असते. तुलना करण्यात निवडीचं स्वातंत्र्य राहात नाही. **म्हणून कधीही कोणाचीही कोणाशीही तुलना करू नका.**

तुलना कशी करावी

माझ्या परीनं मी विशेष कोणीतरी आहे.
मी स्वत:मधे रोज सुधारणा करेन.
मी माझी तुलना तुमच्याशी करणार नाही.
त्याऐवजी मी माझी माझ्याशीच तुलना करेन.

स्वत:शी तुलना करण्याचा फायदा होतो.

दोन लहान मुलं त्यांच्या आईला मातीची मडकी करायला मदत करत होती.

''तुझ्या भावाकडे बघ. तो थोडीही माती वाया घालवत नाही. त्याची मडकी कशी छान गुळगुळीत होतात. तू केली आहेस त्यातली चार मडकी मुळीच विकली जाणार

नाहीत.'' आई कुरकुरली.

दुसऱ्या दिवशी वडीलही त्यांच्याबरोबर कामाला लागले.

आईला खूष करायला उत्सुक असलेला धाकटा अगदी मन लावून काम करत होता.

''तुझ्या भावाकडून शीक. तो तुझ्याहून खूप चांगलं काम करतो आहे. तुझं काम बोंगाडं आहे. त्याला छान येतंयू.'' वडिलांनी शेरा मारला.

''बाबा, आज मी केलीयृत त्यातली दोनच विकली नाही जाणार. माझं काम सुधारतंयू.'' मुलगा धैर्य एकवटून म्हणाला. आईला त्याचं म्हणणं समजलं, तिनं होकारार्थी मान हलवली.

तुम्ही काल कसे होतात ते स्वत:ला विचारा म्हणजे आज तुम्ही तसेच नसाल. कालचा मापदंड धरून आज त्यापेक्षा थोडं चांगलं व्हा. उद्यासाठी आजचा मापदंड ठेवा.

एका ऑलिंपिक खेळामधे सहा सुवर्णपदकं मिळवलेली ख्रिस्टीन ओटो ही जलतरणपटू म्हणाली होती, ''शाळेत असताना मी रोज सात तास पोहत असे, कॉलेजमधे असताना रोज दहा तास; आणि कुठलीही स्पर्धा असेल त्याच्या आदल्या दिवशी चौदा तास पोहत असे.'' तिच्या 'आज'ची तुलना तिच्या 'काल'शी करत करत ती विजेती झाली.

कुठल्याही क्षेत्रातले विजेते हे स्वत:ची तुलना दुसऱ्या कोणाशी करत नाहीत. ते स्वत:चेच विक्रम तोडत राहातात. एखादा सर्जी बुबका किंवा कार्ल लुईस किंवा न्यूटन किंवा तेनसिंग शेरपा हे स्वत:ची तुलना दुसऱ्यांशी करत राहिले असते तर त्यांनी काय मिळवलं असतं?

''अकरा अधिक अकरा किती?''

''चोवीस सर.'' विद्यार्थ्यानं उत्तर दिलं.

''छान, छान!''

''पण सर, त्याचं चूक आहे. उत्तर बावीस आहे.'' दुसरा विद्यार्थी म्हणाला.

''होय; पण काल तो सव्वीस म्हणत होता!''

दुसऱ्यानं काय मिळवलं आहे हे बघण्यापेक्षा तुम्हाला जे मिळवायचं आहे, त्याच्या सीमा रुंदावत राहा.

प्रिय वाचक,

टीका करण्याच्या, तक्रार करण्याच्या योग्य पद्धती आपण बघितल्या, विश्वास बाळगायला आणि तुलना करायला शिकलो; कारण हे सर्व करण्याचे योग्य मार्ग आहेत.

परंतु, काम पुढे ढकलण्याचा, बढाया मारण्याचा किंवा स्वत:ची कीव करण्याचा कोणताही योग्य मार्ग नसतो.

म्हणून ह्या गोष्टी करणे सोडून देण्याखेरीज दुसरा मार्ग आपल्याला नाही.

तेव्हा ह्या गोष्टी करणे कसे बंद करावे, ते आपण बघूया.

तुमचे वाचन आनंदाचे होवो.

कामाची चालढकल करणे कसे थांबवावे

चालढकल करणे म्हणजे कुठलेही काम शक्य तितके पुढे ढकलणे, लांबणीवर टाकत राहाणे. काही लोक पट्टीचे चालढकल करणारे असतात.

काम लांबणीवर टाकणे कसे थांबवावे –

- **अडचणींचे स्वागत करायला शिका.**
- **खर्च आणि फायदा ह्यांचा हिशोब करा.**
- **एका वेळी एक पाऊल पुढे टाका.**
- **स्वत:ला प्रोत्साहन द्या.**

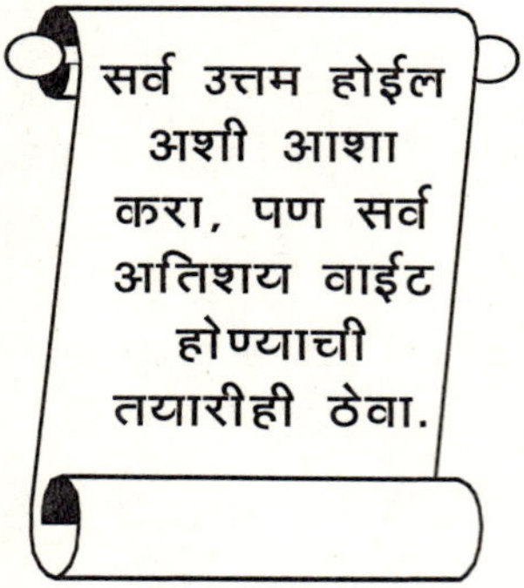

• अडचणींचे स्वागत करायला शिका

एक जुनी म्हण आहे, की 'सर्व उत्तम होईल अशी आशा करा, पण सर्व अतिशय वाईट होण्याची तयारीही ठेवा'. जे लोक नेहमीच कामे पुढे ढकलत राहातात, त्यांना वाटते की, यशस्वी लोकांना काहीही हताशा, काळजी किंवा धक्का न बसता सर्व फार सहजपणे मिळालेले असते. हे वाटणे वास्तवाला धरून नसते.

• खर्च आणि फायदा ह्यांचा हिशोब करा

जेव्हा एखादे महत्त्वाचे काम तुम्ही पुढे ढकलत, टाळत राहाता, तेव्हा तसे करण्याचे फायदे व गैरफायदे ह्यांची तुलना करा. काही काळ काम लांबणीवर टाकण्याची मजा वाटेल पण अखेर त्यामुळे तुम्ही पुढे जातच नाही.

• एका वेळी एक पाऊल पुढे टाका

पुढे जाता येण्याचे रहस्य सुरुवात करणे हे आहे, म्हणून थोडीशी तरी सुरुवात करा. मला माहीत आहे, की तेच सर्वात अवघड आहे. ऊबदार रजईतून पहाटेच्या थंडीत बाहेर पडणे फार कठीण असते. पण एकदा बाहेर आले म्हणजे मग ते फार कठीण वाटत नाही.

सुरुवात करण्यासाठी स्वतःचे मन वळवा.

मला चारचाकी वाहन चालवता येत नव्हते. मला गर्दीचे रस्ते तर अजिबात आवडत नसत आणि माझे दुचाकी वाहन चालवणेही मला फार सोपे वाटत नसे.

मी शिकणे लांबणीवर टाकत राहिले आणि कधी प्रयत्नच केला नाही (मला वाटत होते की मरेपर्यंत मी हे असेच लांबणीवर टाकत राहीन, पण मोटार चालवायला कधीही शिकणार नाही!).

माझ्या आईने माझे मन वळवण्याचा पुन्हा पुन्हा प्रयत्न केला, की मी तिच्याबरोबर एकदा मोटारमधून जावे. शेवटी एकदा मी स्टिअरिंग व्हीलवर बसले. पहिली पाच मिनिटे तर मला गाडीवर नियंत्रण ठेवताच येत नव्हते. मग जरा जरा जमू लागले.

घरी परत आल्यावर तिने मला असे पटवून दिले की मी काही फार वाईट चालवली नाही.

पुन्हा एकदा तिने मला असेच नेले आणि मग बघता बघता मला जमून गेले.

आता मागे वळून बघताना माझ्या त्या टाळाटाळीचे मला आश्चर्य वाटते. एखादी खोली अव्यवस्थित झालेली असो, की तुमचे आयुष्यच विस्कळीत झालेले असो; असा विचार करू नका, की 'मला करावेसे वाटेपर्यंत मी वाट बघेन'. कारण खरे सांगायचे तर अशी कंटाळवाणी कामे तुम्हाला कधीच करावीशी वाटणार नाहीत!

त्यापेक्षा रोज पाच मिनिटे वेळ काढून थोडी थोडी साफसफाई करायला लागा!

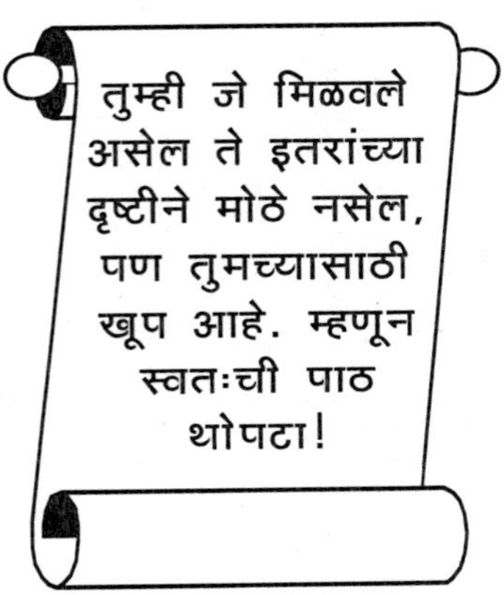

● **स्वत:ला प्रोत्साहन द्या**

तुम्ही जे काम लांबणीवर टाकत होतात, ते हाती घेतलेत की स्वत:ला ते करता करता शाबासकी द्या म्हणजे तुमचा उत्साह शेवटपर्यंत टिकून राहील.

तुम्ही जे मिळवले असेल ते इतरांच्या दृष्टीने मोठे नसेल पण तुमच्यासाठी खूप आहे, म्हणून स्वत:ची पाठ थोपटा.

एका मुलाला पोटापुरते मिळवण्यासाठी काम करावे लागत होते. त्याला शिक्षणही घेऊन कोणीतरी मोठे व्हायचे होते. पण रोज संध्याकाळपर्यंत अतिशय थकून गेल्यानं तो अभ्यास करू शकत नसे. रोज तो स्वत:शी म्हणायचा, ''आज मी सुरुवात करेन.'' पण संध्याकाळ होईपर्यंत त्याचा थकवा त्याचा उत्साह मारून टाकायचा.

एक दिवस त्याने वर बघितले. चंद्रावर एक चेहरा त्याला त्याच्याकडे बघून हसताना दिसला. त्याला असा भास झाला, की तो चेहरा त्याला अंथरुणातून उठवून दिव्याच्या खांबापर्यंत नेत होता. तो अभ्यास करायला बसला. मग रोज रात्री तो चंद्रावरचा चेहरा दिसण्याची वाट बघू लागला. तो थकलेला असतानाही तो चेहरा त्याला अभ्यासाला बसायला मदत करायचा.

स्वत:ला प्रोत्साहन देण्याचा सहजसोपा मार्ग स्वत:चं कौतुक करणं आहे.

बढाया कशा मारू नयेत?

बढाया ते लोक मारतात ज्यांना लोकांनी त्यांच्याकडे लक्ष द्यायला हवं असतं, पण कोणी लक्ष देतील की नाही ह्याची त्यांना खात्री नसते. म्हणून मग ते अखंड स्वत:बद्दल बोलत राहातात.

बढाया कशा मारू नयेत?

- **न्यूनगंड वाटून घेऊ नका.**
- **जिंकण्यासाठी तयारी करा.**
- **बढाया मारताना भोवतालच्या वातावरणाकडे लक्ष ठेवा.**
- **मनातल्या मनात बढाया मारा.**
- **स्वत:ला खाजगीत आपली आपली शाबासकी द्या.**

● न्यूनगंड वाटून घेऊ नका

बढाया मारण्याच्या सवयीची सुरुवात मनातच होते. आपल्याला स्वत:बद्दल छान वाटत नाही तेव्हा आपण बढाया मारून ती घालवू बघतो. पण त्याचा उपयोग होत नाही.

स्वत:बद्दल बोलण्यानं स्वत:चा दर्जा सुधारत नाही.

न्यूनगंड घालवण्यासाठी :-

कधीही मी सगळ्यात उत्तम आहे
असा विचार करू नका.
पण नेहमी असा विचार करा,
की मी कोणाहीपेक्षा कमी नाही.

प्रत्येक व्यक्ती आपल्या परीनं वैशिष्ट्यपूर्ण असते, त्यामुळंच जग इतकं वैशिष्ट्यपूर्ण आहे. म्हणून ताठ उभे राहा, पण 'मी उंच आहे' असं किंचाळून सांगू नका.

• जिंकण्यासाठी तयारी करा

बोलून दाखवण्यापेक्षा करून दाखवणं चांगलं. जिंकण्याची तयारी करा. नुसतं जिंकण्याबद्दल बोलण्यानं काही होणार नाही.

जाहिरात करण्यापेक्षा तयारी करणं चांगलं.

जर फारच थोडा पुरावा असेल तर नुसत्या बोलण्यावर लोक विश्वास ठेवत नाहीत. आणि पुरावा असेल तर शब्दांची जरूर नसते. शेक्सपिअर, गांधी, मंडेला किंवा नाव्हरातिलोव्हा ह्यांना कधी बढाया मारण्याची जरूर पडले का? कधीही नाही!

अंतिम परिणाम काय होतो हे महत्त्वाचं आहे.

जर परिणाम उत्तम असेल
तर प्रत्येक जण त्याबद्दल बोलतो.

जर प्रयत्न भरपूर असतील
तर थोडे लोक त्याबद्दल बोलतील.

पण तुम्ही स्वतःच जर त्याबद्दल बोलू लागलात
तर फारच थोडे ऐकायलाही थांबतील.

• बढाया मारताना भोवतालच्या वातावरणाकडे लक्ष ठेवा

"मी जन्मात कधी उशिरा आलेली नाही! आज त्या फोनमुळं– अरे देवा रे, ते लोक मला सोडेचनात! शेवटी मला त्यांचं निमत्रंण स्वीकारावंच लागलं." ती बढाई मारत होती.

भोवतालच्या बायकांच्या चेहऱ्यांवर अर्थपूर्ण अस्फूट स्मित होतं. एक कोपर दुसऱ्या कोपराला गुपचूप ढोसत होतं.

"कोण हो, बाई?" एकीनं चौकशीच्या नावाखाली कुचेष्टा करायला विचारलं.

"ही एक एन.जी.ओ.च आहे पुन्हा. नाव आठवत नाही मला." ती कसंबसं

म्हणाली.

काही बायकांनी चेहेऱ्यावरचा 'सगळं ठाऊक आहे' भाव लपवत माना हलवल्या.

"एक अमेरिकन प्रतिनिधी मंडळ येणार आहे, त्या समारंभासाठी त्यांची प्रमुख पाहुणी म्हणून मी हवी होते त्यांना. अशी निमंत्रणं तर इतकी येत असतात, सगळ्यांना होकार कसा द्यायचा, कळत नाही मला!" कोणाकडे न बघता ती बोलत राहिली.

आता कुजबुज आणि दबक्या आवाजातलं हसणं, बायकांनी दोन्ही दाबण्याचा खूप प्रयत्न केला तरी ऐकू येत होतं.

पण 'बढाईखोर ती' आपल्या बढायांमधे इतकी मग्न होती, की तिचं तिकडे लक्षच गेलं नाही.

'समजलं!' अशा अर्थीचं स्मित, घोळक्यातल्या व्यक्तींनी एकमेकांना कोपरांनी ढोसणं, खुसखुस आणि कुजबुज, सहानुभूतिशून्य वातावरण ह्या सगळ्यांना अर्थ असतात.

पुढच्या वेळी बढाया मारण्यासाठी तुम्ही तोंड उघडाल, तेव्हा भोवतालच्या लोकांच्या नजरेला नजर द्यायला तुमच्या डोळ्यांना सांगा. 'तुमच्या बोलण्याचं इथं स्वागत नाहीये' हे लक्षात आलं, की आपोआपच तुमचं तोंड बंद होईल.

तुम्ही बढाया मारत असाल आणि भोवतालचे लोक उत्साहानं 'अरे वा! असं?', 'फारच उत्तम!', 'बाकी तुमची तोडच नाही हं!' इत्यादी उद्गार काढत असतील, तर सांभाळा! तुमच्याभोवती खुषमस्करे जमले आहेत, जे जबरदस्तीनं तुम्हाला भ्रामक कल्पनांच्या जगात ढकलत आहेत.

म्हणून, तोंड उघडण्यापूर्वी भोवतालच्यांची 'देहबोली' नीट समजून घ्या.

● मनातल्या मनात बढाया मारा

आपण बाहेर एखादं भाषण द्यायला जातो, तेव्हा आपण घरी सराव करतो. जाहीर भाषण देण्यापूर्वी मनात मुद्द्यांची नोंद केलेली चांगली असते. त्याचप्रमाणे जाहीरपणे तुम्ही केलेल्या कामांबद्दल बढाई मारण्यापूर्वी, तुम्ही जे बोलणार आहात, त्याचे मुद्दे मनात मांडा.

तसे ते मांडलेत म्हणजे तुम्ही त्यांचं विश्लेषण करू शकाल; की अशी आत्मस्तुती इतर कोणाकडून ऐकायला तुम्हाला आवडेल का? तुम्हाला जर वाटलं, की नाही आवडणार, तर मग तुम्ही तसं न बोलण्याला तेवढं कारण पुरेसं आहे, नाही का? लोकांनी बढाया मारलेल्या जर तुम्हाला सहन होत नसेल, तर प्रथम स्वत:ला आळा घाला!

• स्वत:ला खाजगीत आपली आपली शाबासकी द्या

स्वत:ला प्रोत्साहन देणं जरूर असतं, पण जाहीरपणे नव्हे. तुम्हाला जेव्हा आत्मस्तुती करावीशी वाटेल, तेव्हा इतरांना आवडेल अशा शब्दांमधे बोलण्याचा प्रयत्न करा. तुम्ही आपलीच तुतारी वाजवलेली कोणाला ऐकायची नसते, त्याऐवजी इतरांचं मनापासून कौतुक करा.

स्वत:ची कीव करणं कसं टाळावं

चार लोकांसमोर स्वतःची स्तुती करू नका ती बढाईखोरपणा दिसतो.

स्वत:ची कीव करणं कसं टाळावं
• मोकळेपणानं वागा.
• स्वत:बद्दल वास्तवपूर्ण मत बाळगा.
• आत्मसन्मान ठेवायला शिका.

आठ वर्षांचा एक मुलगा एका बेकरीत गेला. त्याच्या तोंडाला पाणी सुटलं होतं. त्याला एक पेस्ट्री खाऊन बघायची होती आणि ख्रिसमस केक खाण्याची खूप इच्छा होती. तो जणू डोळ्यांनीच त्या खात होता. ***मग त्यानं त्यांच्या किंमतींची पाटी बघितली आणि तो बाहेर पळाला.*** *डोळ्यांनी बघून कल्पना केलेली चव तो कधी विसरू शकला नाही.*

पंधरा वर्षांच्या एका मुलाला काही मुलांशी मैत्री करावशी वाटली. ती मुलं हिरवीगार लॉन्स असलेल्या टेनिस क्लबमधे खेळत होती. हरितक्रांती पासून बीटल्सपर्यंत सर्व विषयांवर ती गप्पा मारत होती. आत जाऊन त्यांच्यात मिसळावं असं त्याला खूप वाटत होतं. पण ते त्याला शक्य नव्हतं– त्याला इंग्रजी बोलता येत नव्हतं– ह्या एका गोष्टीमुळे आत जाता आलं नाही, हे

त्याला कधी विसरता आलं नाही.

एक एकवीस वर्षांचा मुलगा आगगाडीतून प्रथमच त्याच्या गावाहून बाहेर गेला. खच्चून गर्दी असलेल्या त्या डब्यात सगळीकडून चेंगरून जात तो उभा होता. शेजारच्या माणसाच्या शरीराचा त्याला वास येत होता. सगळीकडून त्याच्या अंगाला चिकटणारी शरीरं त्याला जाणवत होती. शेजारच्या डब्यातून बाहेर पडणारे स्वच्छ चांगले कपडे घातलेले, चकचकीत बूट असलेले लोक त्यानं बघितले. मनातून तो गुदमरल्यासारखा झाला. ती भावना तो कधीही विसरू शकला नाही.

मी पंचावन्न वर्षांचा आहे. ह्या वर्षी निवृत्त होईन. मी माझं उरलेलं आयुष्यभर पुरतील इतके पैसे साठवले आहेत. माझं स्वतःचं सुरक्षित असं घर आहे. माझं आयुष्य पोस्टातल्या नोकरीत यंत्रवत् गेलं पण आता मी स्वतंत्र आहे– विचार करायला, काहीही करायला, मजा करायला, सगळ्या बाबतीत स्वतंत्र.

तो मुलगा मी आहे.

माझ्यापुढे आता दोन पर्याय आहेत. पहिला म्हणजे मी आता भरपूर पेस्ट्रीज खाऊ शकतो. इंग्रजी वर्तमानपत्रं वाचू शकतो, माझं इंग्रजी सुधारू शकतो, टेनिस खेळू शकतो. जगातल्या वेगवेगळ्या ठिकाणी फर्स्ट क्लासनं प्रवास करू शकतो.

दुसरा म्हणजे मी ते आस लागलेले डोळे, ते न उचललेलं पाऊल आणि ते गुदमरलेलं मन कधीही विसरू शकत नाही आणि दुःखी राहातो.

मी एखादी सुंदर पेस्ट्री खाण्यासाठी तोंड उघडतो, तेव्हा तो दिवस आठवून माझं तोंड कडू होतं, मी खूप अस्वस्थ होतो. मी कोणाशी तरी आरामात गप्पा मारू बघतो तेव्हा ते अडखळलेले असहाय्य पाय मला आठवतात आणि मग मी बोलतच नाही. मी खूप अस्वस्थ होतो.

मी कोठे प्रवास करायचा विचार करतो, तेव्हा तीस वर्षांपूर्वीचं ते गुदमरलेलं मन आठवून मला पुन्हा गुदमरल्यासारखं होतं आणि रडावंसं वाटतं. मी खूप अस्वस्थ होतो.

पहिला पर्याय स्वातंत्र्याची भाषा बोलतो.

दुसरा पर्याय गुलामगिरीची भाषा बोलतो.

पहिला पर्याय भविष्यकाळाचा विचार करणार आहे, तर दुसरा भूतकाळाचं ओझं ओढत राहाणारा आहे. पहिला पर्याय स्वीकारण्यानं मी स्वतःला सन्मान देतो, दुसरा पर्याय स्वीकारण्यानं मी स्वतःची कीव करत राहातो.

विचार केला पाहिजे? दोन्हीपैकी कुठला जास्त चांगला?

नक्कीच पहिला.

पहिला पर्याय स्वीकारायला कसं शिकायचं, हे आपण बघूया. पण त्यापूर्वी दुसरा पर्याय कसा नाही घ्यायचा, ते बघूया.

स्वत:ची कीव न करायला कसं शिकायचं?

- **मोकळेपणानं वागा**

एडिसनचा एक प्रयोग जेव्हा अगणित वेळा फसला, तेव्हा एका वार्ताहरानं त्याला विचारलं, ''तुमचा प्रयोग हजार वेळा फसण्याचं समर्थन तुम्ही कसं देता?''

''हा प्रयोग कुठल्या हजार तऱ्हांनी अयशस्वी होतो, हे मी शिकलो!'' एडिसननं उत्तर दिलं.

स्वत:च्या अपयशाबद्दल स्वत:ला दोष न देता एडिसन काम करत, प्रयोग करत राहिला.

निराशेच्या आणि पश्चात्तापाच्या भावना झटकून टाकायला शिका. तो अनुभव झटकून टाकायला शिका म्हणजे अपयशाच्या आणि भूतकाळाच्या कडवट विचारांमधे तुमचं मन अडकून राहाणार नाही.

- **स्वत:बद्दल वास्तवपूर्ण मत बाळगा**

इतरांनी तुमचे लाड केले किंवा तुमच्या बाबतीत ढील दाखवली, तर तुम्ही स्वत:ही स्वत:च्या बाबतीत तसेच वागू लागता.

तुम्ही दहा तास झोपलात, आणि ''वेळेवर उठत जावं'' असं स्वत:ला न सांगता, स्वत:ला असं पटवून दिलंत, की ''त्यात काय झालं, मी दमलो होतो.'' तर जास्त झोपण्याचीच सवय लागते. स्वत:बद्दल अशी नसते लाड चालू देण्याची वृत्ती ठेवली, की त्यातूनच हळूहळू स्वत:ची कीव करणं सुरू होतं.

अपयश हे कुबडीसारखं वापरू नका, शिडीसारखं वापरा.

पहिल्या वेळेला तुम्ही मागे पडता,
तेव्हा तुम्ही स्वत:ला सांगता, 'काही हरकत नाही!'
दुसऱ्यांदा तुम्ही मागे पडता,
तेव्हा तुम्ही म्हणता, 'स्पर्धा तीव्र असते.'
तिसऱ्यांदा तुम्ही मागे पडता,
तेव्हा तुम्ही म्हणता, 'माझं नशीबच वाईट होतं.'
जेव्हा मागे पडणं नेहमीचंच होतं,
तेव्हा तुम्ही स्वत:ची कीव करता– 'माझी लायकीच कमी आहे!'

आधी आपण स्वत:ला सूट देऊ लागतो, मग हळूहळू सबबी सांगू लागतो, आणि हळूहळू स्वत:ची कीव करण्याच्या सापळ्यात अडकतो.

- **आत्मसन्मान ठेवायला शिका**

स्वत:ची कीव करणे हा गुन्हा आहे.
हिमवर्षावातील बर्फ वितळला की त्याचा चिखल होतो.

विनाकारण स्वत:साठी अश्रू ढाळत बसू नका.

अर्कान्सास प्रांतातील बँकस् गावचा एक गरीब शेतकरी एडी लोव्हेट, हा फक्त सहावीपर्यंतच शिकू शकला, पण त्याला त्याची लाज वाटत नाही. तो स्वत:चे नाव एडी लोव्हेट– पोलिहिस्टर असे लिहितो. पॉलिहिस्टर ह्या ग्रीक शब्दाचा अर्थ 'अनेक विषय जाणणारा' असा होतो. त्याने कापसाच्या शेतांमधे खूप मेहनत केली आणि शिक्षणाची आवड पुरी करण्याकरता मिळतील ती कामे करत राहिला.

जे पैसे साठतील, त्यातून तो पुस्तके विकत घेत असे. हळूहळू अशी पुस्तके घेता घेता चाळीस हजार पुस्तकांचे ग्रंथालय त्याने उभे केले. त्याच्यासमोर सगळ्या अडचणीच होत्या. त्याचे वडील भागीत शेती करत असत, ते तरुण वयातच वारले. एडीला शिक्षण पूर्ण करता आले नाही.

त्याने सैन्यात भरती होऊन नोकरी केली. बारा वर्षे वयाच्या आतली पाच मुले मागे ठेवून त्याची बायको वारली. तरीही, ॲरिस्टॉटल पासून अमेरिकेच्या इतिहासापर्यंत,

डान्टेपासून शेक्सपिअरपर्यंत सर्व त्याने वाचून काढले.

स्वत: एक कृष्णवर्णीय गरीब शेतकरी असल्याबद्दल एडीने कधीही स्वत:ची कीव केली नाही. चाळीस हजारांहून जास्त पुस्तके असलेल्या ***फिनिक्स लायब्ररी*** *बद्दल तो प्रसिद्ध आहे.*

''शहाणपण नसेल, तेथे सुख नसते. पहिलं पाऊल उचलण्याच्या आधी दुसरं पाऊल उचलू नये हे समजणं, हे शहाणपण, आपल्याला करणं शक्य नाही अशा काही गोष्टी असतात हे समजणं, हा त्या शहाणपणाचाच एक भाग आहे.'' – एडी लोव्हेट म्हणतो.

(*रीडर्स डायजेस्ट,* जानेवारी १९८९ मधून)

स्वत:ला ओळखा. तुमच्या काही करून दाखवण्याच्या शक्तीचा संपूर्ण उपयोग करा. बाकी सर्व विसरून जा.

लक्षात ठेवा, की तुम्ही जेव्हा बढाया मारता किंवा स्वत:ची कीव करता, तेव्हा तुमचा तुम्हाला किंवा इतर कोणालाही काहीही उपयोग नसतो.

एका जागी अडकून बसणे कसे टाळावे?

एका जागी अडकून बसणे कसे टाळावे?

तुमच्याजवळ जे असेल,
ते जास्त चांगले करा.
जे तुमच्याजवळ नाही,
त्याबद्दल विसरून जा.

- **वर्तमानात जगा.**
- **जिज्ञासा वाढवा.**
- **तुमची सर्जनशीलता वाढवा.**

• वर्तमानात जगा

लोकांना भूतकाळाला चिकटून राहाण्याची सवय असते. त्यांना भूतकाळाच्या आठवणीत रमणे फार आवडते. त्यांना वर्तमानकाळ आणि भूतकाळ ह्यांची तुलना करत राहाणे खूप आवडते आणि सर्वसामान्यपणे त्यांना भूतकाळ जास्त आवडतो.

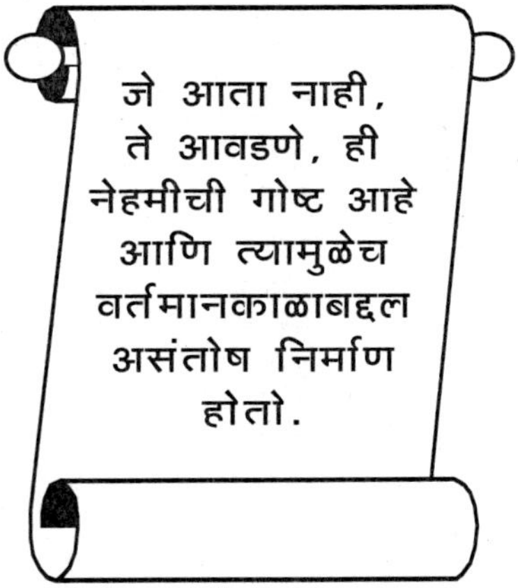

तरुणांना त्यांचा भूतकाळ आवडतो – निष्पाप बालपण

वृद्धांना त्यांचा भूतकाळ आवडतो – उत्साही तारुण्य

जे आता नाही, ते आवडणे, ही नेहमीची गोष्ट आहे आणि त्यामुळेच वर्तमानकाळाबद्दल असंतोष निर्माण होतो.

वर्तमानात जगायला शिका, कारण तोच फक्त महत्त्वाचा आहे.

प्रत्येक दिवस, ही एक नवी सुरुवात आहे, असं समजा.

प्रत्येक दिवसाच्या कामाची विभागणी करा.

जागेपणीच्या प्रत्येक तासात करायचं काम निश्चित करा.

काम असं असलं पाहिजे, की त्यातून काही निष्पन्न होईल.

वर्तमानकाळात जगण्यानं आपल्यातला उत्साह आणि शक्ती शाबूत ठेवायला मदत होते.

• जिज्ञासा वाढवा

मी सहा प्रामाणिक माणसांना कामाला ठेवलं आहे (मला जे काही येतं, ते त्यांनीच शिकवलं आहे). त्यांची नावं– काय, का, केव्हा, कसं, कोठे आणि कोण.

– रूडयार्ड किपलिंग

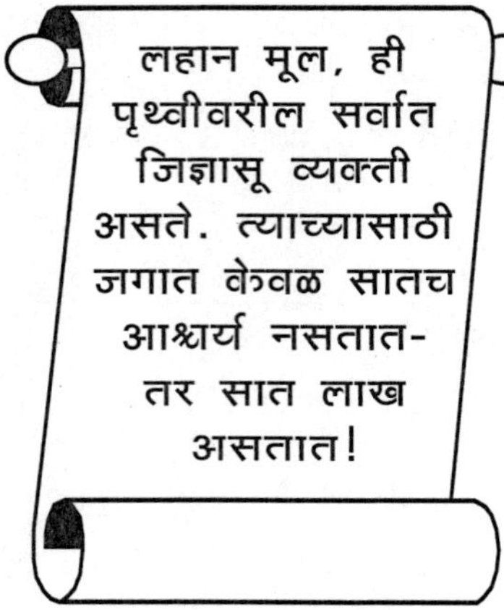

लहान मूल, ही पृथ्वीवरील सर्वात जिज्ञासू व्यक्ती असते. त्याच्यासाठी जगात केवळ सातच आश्चर्य नसतात– तर सात लाख असतात!

कुतुहलानं त्यांचे डोळे चमकत असतात. अगदी साध्या साध्या गोष्टीही त्यांना गूढ वाटतात. त्यांचे प्रश्न कधी संपतच नाहीत.

आपण मोठे होतो तसतशी आपल्या तथाकथित ज्ञानानं आपली दृष्टी धूसर होते, आपलं नाक गुंतागुंतीच्या मामल्यांपासून दूर राहू लागतं, आपल्या ओठांना काही प्रश्न विचारायला वेळच नसतो.

एखादा संगीतकार पंक्चर झालेले टायर बदलण्याचा प्रयत्न करू लागला,
एखादा विनोदी नट क्रोध निर्माण करायला शिकला,
एखादा फार प्रसिद्ध नट प्रसिद्धीविन्मुख झाला,
तर ते सर्व जिज्ञासेपोटी असतं.

तुम्हाला जिज्ञासा नसेल तर तुमची प्रगती होणार नाही.

इतरांचा निवाडा करणं कसं टाळावं.

आता इतरांचा निवाडा कसा करू नये, ते बघूया.

इतरांचा निवाडा कसा करू नये?

- **आपलं मत बदलण्याची तयारी ठेवावी.**
- **एकांगी मतप्रदर्शन टाळावं.**
- **कधीही घाईनं मत बनवू नये.**

तुम्ही त्यांना प्रेम द्या, पण तुमचे विचार देऊ नका.
कारण त्यांना स्वत:चे विचार असतात.
तुम्ही त्यांना निवारा द्या, पण त्यांचे आत्मे बंदिस्त करू नका,
कारण त्यांचे आत्मे भविष्यात राहातात.
जेथे तुम्ही जाऊ शकणार नाही– तुमच्या स्वप्नातही

'मुले' ह्या विषयावर खलील जिब्रान.

हे सर्वांच्याच बाबतीत खरं आहे.

आपण सगळीच माणसं आहोत, जन्मानं समान आहोत. पण आपल्याला आपली, अशी वेगळी मनं असतात, त्यामुळं आपली मतं वेगवेगळी असतात. पण दुसऱ्यांच्या वागण्याचा निवाडा करण्याचा अधिकार आपल्याला कोणीही दिलेला नाही. कोणाही बद्दल निर्णय करण्याचा अधिकार आपल्याला कोणी देऊही शकत नाही. आपल्याला स्वत:चं मत असू शकतं, निवाडा करणं असू शकत नाही.

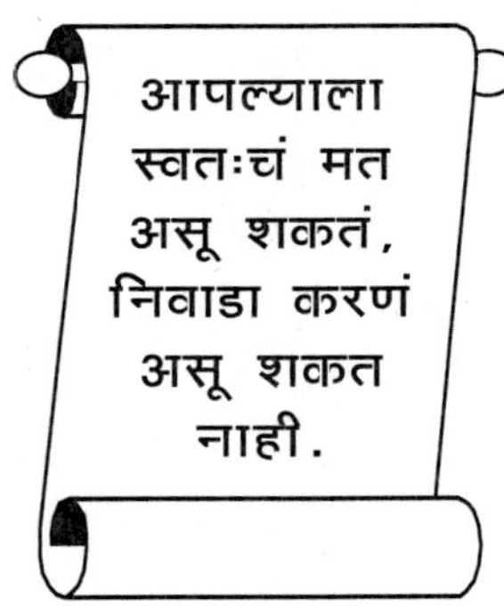

निवाडा करणं कसं टाळावं?

- **आपलं मत बदलण्याची तयारी ठेवावी**

माणसांमधले संबंध हे लाटांसारखे असतात. लाटांसारखेच ते कधी वर कधी खाली जात राहातात.

आपण निर्णायक मत व्यक्त करतो, तेव्हा नंतर ते बदलणं अवघड असतं.

मतं ही परिस्थिती आणि काळ बदलेल तशी बदलू शकतात. एखाद्या व्यक्तीबद्दलचं आपलं मत त्या व्यक्तीत बदल झाला, तर बदलू शकतं.

परिपक्वता येईल तशी आपली मतं आणि दृष्टिकोन बदलतात. मतं बदलणं

शक्य असतं, निर्णयात्मक मतं बदलणं शक्य नसतं. त्यामुळे आपण व्यक्त केलेल्या निर्णयात्मक मतांनी बरेचदा आपल्याला ओशाळल्यासारखं होऊ शकतं.

दोन चांगले मित्र होते. एक कवी होता आणि दुसरा फार चांगला मल्ल होता. मल्लानं एकदा कवीकडे कवितांचं एक पुस्तक मागितलं. कवीला वाटलं, "ह्याला ह्यातलं काय समजले?"

"तुला कवितांचं पुस्तक हवंय?" असं विचारून तो हसला आणि त्यानं पुस्तक दिलं.

मल्लाला त्याचा तो अपमान वाटला.

"किती उद्धट माणूस आहे! त्याला वाटतं त्यालाच फक्त सगळं काही समजतं!" मल्लाला वाटलं.

नंतर एकदा मल्ल कुस्त्यांच्या एका प्रतिष्ठाप्राप्त स्पर्धेत भाग घेणार होता. त्यानं व्यवस्थापकांना सुचवलं की 'त्या' प्रसिद्ध कवीला प्रमुख पाहुणा म्हणून बोलवावं.

कवी प्रमुख पाहुणा म्हणून आला, तेव्हा मल्ल त्याचं स्वागत करण्यासाठी पुढे गेला आणि हसत म्हणाला, "इथं प्रमुख पाहुणा म्हणून तू आला आहेस की काय? गंमतच म्हणायची!"

कवी संतापला. "काहीही बुद्धी नसताना स्वत:बद्दल इतकी घमेंड असलेला मनुष्य मी कधी पाहिला नव्हता!"

मैत्री तुटली!

त्यांची एकमेकांबद्दल नुसती मतं होती, तोपर्यंत ते मित्र होते.

ज्या दिवशी एकमेकांबद्दल ठाम निवाडा ते करू लागले, त्या दिवशी त्यांची मतं नष्ट होऊन तिथं निवाड्यांची भिंत उभी राहिली, जी पुढे जन्मभर तशीच राहिली.

● एकांगी मतप्रदर्शन टाळावं

कुठल्याही व्यक्तीबद्दल कधीही ठाम मतप्रदर्शन करू नये. कारण तुमच्या दृष्टीनं जी व्यक्ती चांगल्या व सकारात्मक वागणुकीची असेल, ती दुसऱ्या कोणाच्या मते बरोबर उलटही असू शकेल.

कोणाहीबद्दल बोलताना कटू शब्दांचा वापर टाळा. अतिशय स्तुती करणंही टाळा.

एखादा विवक्षित प्रसंग किंवा वागणूक ह्यांबद्दल तुमचं मत द्यावं, त्या व्यक्तीबद्दल नाही.

● कधीही घाईनं मत बनवू नये

लोक बरेचदा म्हणतात, "पहिल्या प्रथम जे मत होतं, तेच कायमचं असतं." आजच्या जगात हे अगदीच चूक आहे.

आधी ठरवून एखाद्या व्यक्तीला आपण भेटलो तर जे प्रथम मत होतं ते ठरवून बनवलेलं असतं. त्यात सहजता नसते, ते खरं नसतं. पहिल्या भेटीत माणसाचं खरं व्यक्तिमत्त्व कळून येत नाही.

मत बनवण्याची कधीही घाई करू नये,
कारण ते चूक ठरू शकेल.
कधीही ठाम निवाडा करू नये,
कारण ती बरोबर असूच शकणार नाही.

■

सुरुवात

ह्या आधीच्या प्रकरणांमध्ये–

तुम्ही अयशस्वी माणूस कसा विचार करतो ते बघितलंत –
– तुम्ही तसा विचार करू नये, म्हणून.

तुम्ही अयशस्वी माणूस कसा वागतो, ते बघितलंत –
– तुम्ही तसं वागू नये, म्हणून.

तुम्ही अयशस्वी माणूस कसा असतो, ते बघितलंत –
– तुम्ही तसं होऊ नये, म्हणून.

ह्या प्रकरणात –

यश म्हणजे काय असतं आणि काय नसतं,
ते तुम्ही समजून घ्याल.

चला तर पुढे –

सोप्या भाषेत यश

लहानपणी सोडवलेली छोटी छोटी कोडी तुम्हाला आठवतात? सारखी सारखी दिसणारी पण छुपे फरक असलेली गमतीदार चित्रं आठवतात? तुम्ही लहान होतात तेव्हा त्यांच्यातले सर्व फरक शोधून काढून त्यांवर खुणा करायच्या असत.

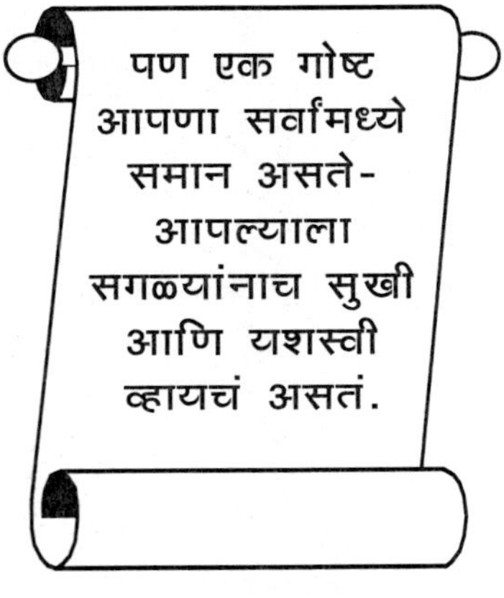

मजा यायची. जे दहा किंवा पंधरा फरक असतील ते शोधून काढणं म्हणजे विशेष काहीतरी करून दाखवणं होतं.

मला नेहमी वाटतं, आपल्या आयुष्यामधेही आपण तशी कोडी सोडवत आणि तसाच आनंद मिळवत राहिलो, तर किती चांगलं होईल! पण आयुष्य त्या कोड्यांइतकं साधं नसतं आणि आपण माणसं त्या चित्रातल्या आकृतींइतकी स्पष्टही नसतो.

आपल्यातला प्रत्येकजण म्हणजेच एक कोडं असतं. आपल्यापैकी प्रत्येकजण दुसऱ्यापेक्षा वेगळा असतो.

पण एक गोष्ट आपणा सर्वांमध्ये समान असते– आपल्याला सगळ्यांनाच सुखी आणि यशस्वी व्हायचं असतं.

ह्या आधीच्या प्रकरणांमधे आपण अशा वेगवेगळ्या लोकांचा विचार केला, जी वेगवेगळ्या प्रकारची अयशस्वी माणसं असतात.

ते काय चुका करतात हे आपण बघितलं आणि आपण त्या कशा टाळाव्यात हेही बघितलं.

त्यांच्या बोलण्यात काय चुका होतात आणि आपण तसं बोलणं कसं टाळावं, हे बघितलं.

ते कसे असतात आणि आपण तसं होणं कसं टाळावं हेही बघितलं. पण, केवळ अयशस्वी न होण्यानं आपण यशस्वी होत नाही. तेव्हा केवळ आधीच्या प्रकरणात सांगितल्याप्रमाणं वागल्यानं आपण स्वत:ला यशस्वी समजू शकत नाही.

अपयशाबद्दल आपण विचार केला आहे आणि तसं न होण्यासाठी काय करावं, हे बघितलं आहे. आता खरं यश म्हणजे काय, ते आपण बघायचं आहे आणि खरं यशस्वी कसं व्हायचं, तेही.

मला फुलं आवडतात
मला फुलं हवी आहेत
पण तुमच्याकडून मला
सबंध फुललेली बाग नको आहे,
मी स्वत: पाकळ्या शोधाव्या म्हणून,
तुमच्याकडून मला दिशा दाखवून हवी आहे.
माझ्या पाकळ्यांना लाल रंग द्यायचा उत्साह
मला तुमच्याकडून हवा आहे.
मला यश आवडतं,
मला यश हवं आहे.
पण तुम्ही मला उंच चबुतऱ्यावर
उभं करायला मला नको आहे.
मी अथक् प्रयत्न करावेत
अशी वृत्ती तुम्ही मला द्या.
चुका करण्याचं स्वातंत्र्य तुम्ही मला द्या,
आणि माझा मार्ग मीच शोधण्याचंही.

यश हा दोन अक्षरी शब्द आहे. ते आपल्याला सर्वांना हवं असतं आणि ते मिळण्याची आपली लायकी आहे असं आपल्या सगळ्यांनाच वाटत असतं.

यश हा दोन अक्षरी शब्द आहे. ते आपल्याला सर्वांना हवं असतं आणि ते मिळण्याची आपली लायकी आहे असं आपल्या सगळ्यांनाच वाटत असतं.

आपल्याला सगळ्यांना यश हवं असतं, पण यशाचा अर्थ आपल्यातल्या प्रत्येकासाठी वेगळा असतो. काय म्हणजे यश नाही, हे शोधण्याचा प्रयत्न करूया.

तीन लोकांनी मॅरेथॉन शर्यतीत भाग घेतला होता. पहिल्याला तो किती टिकाव धरू शकतो ते बघायचं होतं आणि त्याच्या अपेक्षेपेक्षा त्यानं जास्त चांगली कामगिरी केली.

दुसऱ्याला त्यानं मागच्या शर्यतीत केली होती त्यापेक्षा जास्त चांगली कामगिरी करायची होती आणि तशी त्यानं केली.

तिसऱ्यानं मॅरेथॉन शर्यतीत प्रथमच भाग घेतला होता, आणि ती संपूर्ण पळणं एवढंच त्यांच ध्येय होतं.

तिघांपैकी एकालाही पदक मिळालं नाही तरी तिघंही त्यांच्या दृष्टीनं यशस्वी झाले.

कदाचित आपला जे मिळवण्याचा हेतू असेल, तो सिद्ध होणं म्हणजे यश मिळणं. आपल्या इच्छा पूर्ण होणं म्हणजे यश.

तसं जर असेल, तर समजा एखाद्या गरीब माणसाला श्रीमंत व्हायची खूप इच्छा आहे. कुठल्याही मार्गानं पैसे मिळवून का होईना, तो जर कल्पनेबाहेर श्रीमंत झाला, तर तो यशस्वी झाला असं म्हणता येईल? कदाचित त्याच्या स्वत:च्या दृष्टीनं असेलही, पण इतर सर्वांच्या दृष्टीनं नाही.

व्हिक्टर ह्यूगो नावाचा एक कवी, कादंबरीकार, नाटककार, टीकाकार आणि राजकारणी मनुष्य होऊन गेला. वयाच्या चौदाव्या वर्षी त्यानं कित्येक कविता केल्या होत्या. वयाच्या एकविसाव्या वर्षी तो प्रसिद्ध लेखक झाला होता. त्याची पुस्तकं इतक्या झपाट्यानं खपत असत, की कितीतरी आवृत्त्या सकाळी आठ वाजता विक्रीला ठेवल्या गेल्या तर दुपारपर्यंत संपून जात असत.

ह्यूगो साहित्यिक म्हणून अलौकिक बुद्धीचा असला, तरी बायकांच्या बाबतीत त्याचं नाव अतिशय वाईट होतं. पैशांच्या बाबतीत त्याच्या विकृत मनोवृत्तीतून त्याच्या विचित्र व्यक्तिमत्त्वाचं दर्शन होतं. खूप श्रीमंत असूनही, त्याच्या बायकोनं रोजच्या घरगुती जमाखर्चाचा हिशोब ठेवला पाहिजे असा त्याचा दुराग्रह असे.

त्याची ठेवलेली बाई, जी त्याची हस्तलिखितं लिहून काढण्याचं कामही रोज करत असे, तिनं टूथपावडरची डबी का विकत घेतली ह्याचं स्पष्टीकरण त्यानं

मागितलं होतं आणि एकदा तिनं नवा एप्रन घातलेला बघून तो भयंकर संतापला होता.

तो एक खूपच प्रसिद्ध लेखक होता.

तो एक यशस्वी माणूस होता का? – विचार करा.

तर मग कदाचित, जे मिळवणं अवघड आणि दुर्मिळ आहे, ते मिळवणं म्हणजे यश असेल. जनतेच्या दृष्टीनं वर येणं (मात्र म्हणजे जवळच्या माणसांच्या दृष्टीनं नाही!) म्हणजे यश असेल.

हे जर खरं असेल, तर जी सगळी माणसं खूप प्रसिद्ध होतात किंवा खूप वर चढतात, त्यांना यशस्वी म्हणता येईल.

जेफ्रे आर्चर ह्या अतिशय उत्तम कथालेखकानं कित्येक अतिशय सुंदर कादंबऱ्या लिहिल्या आहेत. पण कितीतरी शंकास्पद, पैशांच्या घोटाळ्यांमधे त्याचं नाव गोवलेलं आहे आणि त्याच्या दगाबाजपणामुळं कितीतरी लोकांचं नुकसान झालं आहे.

ते खरे यशस्वी म्हणायचे का? विचार करा.

सामान्य माणसाच्या कल्पनेप्रमाणे यशस्वी माणूस तो,–

(१) ज्याच्याकडे खूप संपत्ती असेल, किंवा,

(२) जो प्रसिद्ध व्यक्ती असेल.

पैशांचं वेड

बरेचसे लोक, विशेषत: काहीच न शिकलेले अयशस्वी लोक आणि कृत्रिमपणे वागणारे अयशस्वी लोक, पैसा ही जगातली सर्वात मोठी शक्ती समजतात. ज्याचे बँकेत भरपूर पैसे आहेत, ज्याच्याकडे अत्याधुनिक किंमती कपडे आहेत, महागड्या गाड्या आहेत आणि जे बडेजाव दाखवतात, अशांबद्दल त्यांना दबदबा वाटतो.

लोकांना वाटतं, की पैसा असल्यानं अशा लोकांना जे हवं असेल ते त्यांना विकत घेता येतं, त्यांना त्यांचं कुठलंही काम करून घेता येतं आणि इतरांसमोर त्यांची शान वाढते.

मी तुम्हाला विचारलं की "बिल गेट्स कोण आहेत?" तर बहुतेकजण उत्तर देतील, की "तो जगातला सर्वात श्रीमंत उद्योगपती आहे." बिल गेटस् हा खरोखर तेवढाच आहे? स्वत:च्या कल्पना अत्यंत जलद गतीनं वापरून त्या प्रत्यक्षात उतरवणाराही तो मनुष्य आहे. त्याची संपत्ती ही त्यानं त्याच्या प्रगल्भ विचारशक्तीमुळं निर्माण केली आहे.

बिल गेटस् हा यशस्वी माणूस आहे का? ह्याचं उत्तर जर 'हो' असं असेल तर त्याच्याकडे संपत्ती आहे म्हणून तो यशस्वी आहे का? नक्कीच नाही!

संपत्ती कशी निर्माण होते, हे बघायचं झालं, तर **प्रत्येक मनुष्य त्याच्या कुवतीप्रमाणे जे प्रयत्न करतो, त्या प्रयत्नांमुळे संपत्ती निर्माण होते.**

> **आपल्याला कसंही करून पैसे हवे असतात. कठोर परिश्रम करून ते मिळवायचे, का चुकीच्या मार्गांनी, ह्याचं महत्त्व मग वाटत नाही.**

पैसा आणि यश ह्यांची आपण सांगड घालतो म्हणून आपल्याला कसंही करून पैसे हवे असतात.

कठोर परिश्रम करून ते मिळवायचे, का चुकीच्या मार्गांनी, ह्याचं महत्त्व मग वाटत नाही.

पैसा मिळवणं वाईट नाही, तो दुर्गुण नव्हे; गुणच आहे, पण आपण जेवढे श्रम करू शकू त्या प्रमाणात आपण पैशांची अपेक्षा धरली पाहिजे. प्रत्येकजण अझीम प्रेमजींसारखा होऊ शकत नाही. ते आज ज्या जागी पोचले आहेत, ते त्यांचे श्रम त्यांना तितकी संपत्ती मिळण्याच्या लायकीचे होते म्हणून पोचले आहेत.

त्यांच्याकडे अफाट संपत्ती आहे म्हणून त्यांना यशस्वी म्हणता येत नाही, तर ती संपत्ती त्यांच्या श्रमांनी मिळवून ते यशस्वी झाले आहेत.

राणी एलिझाबेथ किंवा ब्रुनेईचा सुलतान ह्यांना मी यशस्वी म्हणणार नाही. त्यांना ती संपत्ती वारशानं मिळाली आहे. त्या संपत्तीवर त्यांचा हक्क आहे, पण ती त्यांनी मिळवलेली नाही. त्यांचा जन्म ज्या घराण्यात झाला त्यामुळे त्यांना ती मिळाली आहे, त्यांच्या श्रमांचं फळ म्हणून मिळालेली नाही. असे बरेच दिखाऊ यशस्वी लोक असतात, जे त्यांच्या संपत्तीच्या जोरावर स्वत:ला यशस्वी समजतात.

ज्या सरकारी अधिकाऱ्याकडे त्याच्या खऱ्या मिळकतीपेक्षा जास्त पैसा असेल, त्याला मी यशस्वी म्हणणार नाही.

संपत्ती अवश्य आवडावी, पण ती संपत्ती, जी तुम्ही तुमच्या प्रामाणिक प्रयत्नांनी मिळवलेली आहे.

संपत्ती अवश्य आवडावी, पण तुमच्या बुद्धीच्या जोरावर जी संपत्ती तुम्ही मिळवलेली आहे, त्याचा अभिमान बाळगावा. तुमच्या कुवतीप्रमाणे जो पैसा तुम्हाला मिळतो, तो असण्याचा तुम्हाला हक्क असतो आणि तो पैसा तुम्हाला यशस्वी करतो.

> **जो माणूस पैशाचा अपमान करतो,**
> **त्यानं तो चुकीच्या मार्गानं मिळवलेला असतो.**
> **जो माणूस पैशाला मान देतो,**
> **त्यानं तो कष्ट करून कमावलेला असतो.**
> **–ॲन रँड**

यशस्वी होण्यासाठी दुसऱ्यांच्या बँक बॅलन्सकडे बघू नका. तुमच्यापेक्षा जास्त पैसे मिळवणाऱ्यांचा द्वेष करू नका. तुमच्या कुवतीप्रमाणे तुमची बँकेतील शिल्लक वाढवत राहा. तुम्हाला आणखी पैसे हवे असतील, तर स्वत:ची कुवत वाढवा. वाममार्गांनी पैसे मिळवण्याचा प्रयत्न करू नका. तशा मिळवलेल्या पैशानं तुम्ही कधीही यशस्वी किंवा समाधानी होणार नाही. लोकांना– विशेषत: काहीच न शिकणाऱ्या अयशस्वी लोकांना– तुम्ही यशस्वी आहात असं वाटेल, पण तुमच्याकडे असलेला पैसा असण्याची तुमची लायकी आहे की नाही, ते तुमचं तुम्हाला माहीत असतंच!

प्रसिद्धी

प्रसिद्धीचा संबंध यशाशी जोडला जातो. लोकांना वाटतं, की माणूस जितका प्रसिद्ध, तितका तो जास्त यशस्वी. ज्या लोकांची नावं बातम्यांमधे येतात, प्रसिद्धी माध्यमांमध्ये झळकतात, जी इतरांचे आदर्श बनतात, अशा लोकांबद्दल काहीच न शिकणाऱ्या अयशस्वी लोकांना दबदबा वाटतो. कृत्रिम वागणारे अयशस्वी लोक इतरांकडे काही लक्ष देत नाहीत. आणि दिखाऊ यशस्वी लोक स्वत:ला थोडीशी प्रसिद्धी मिळाली, तरी स्वत:ला फार मोठे समजतात.

जितक्या लोकांना किरण बेदी माहीत आहे, त्याहून कितीतरी जास्त लोकांना ओसामा बिन लादेन माहीत आहे. एम. एस. सुबलक्ष्मी माहीत असलेल्या लोकांपेक्षा मॅडोना माहीत असलेले लोक कितीतरी जास्त आहेत. ह्यावरून काही लक्षात येतंय्?

अपकीर्तीनं जास्त प्रसिद्धी मिळते. ती जास्त लक्षात राहाते.

प्रसिद्धी ही खरोखर फक्त माणसाच्या गुणांवर अवलंबून असते का?

जनतेच्या लता मंगेशकर अत्यंत आवडत्या आहेत. जगातल्या सर्वात प्रसिद्ध गायिकांपैकी त्या एक आहेत. पण म्हणून त्या सर्वात गुणश्रेष्ठ आहेत असे म्हणता येईल का? एकदा टीव्हीवर 'टीव्हीएस् सारेगामा' कार्यक्रम बघताना मी एक आंधळी मुलगी बघितली होती ती कंठ्य संगीतात आणि वाद्य संगीतात एम.ए. झाली होती. तिचं गायन इतकं उत्तम होतं, की निर्णायकांनीही कबूल केलं, की तिचं ज्ञान त्यांच्यापेक्षाही जास्त आहे.

ती मुलगी लता मंगेशकरांपेक्षा जास्त चांगलं गाते, असं मला म्हणायचं नाही. लता मंगेशकरांना कित्येक वर्षांचा अनुभव आहे. त्यांनी पंचवीस हजारांच्यावर गाणी गायली आहेत. पण ती आंधळी मुलगी तितकीच गुणी होती, तरीही ती प्रसिद्ध नाही.

तुम्ही लक्षपूर्वक बघितलंत तर हिंदी चित्रपटांमधील समूहनृत्यांमधे समूहातील बरेच सहनृत्यकार प्रमुख नट किंवा नटीपेक्षाही जास्त चांगलं नृत्य करत असतात. त्यांच्या हालचाली खूप चांगल्या असतात आणि भावमुद्रा अप्रतिम असतात. पण तरी त्यांच्या वाट्याला प्रसिद्धी येत नाही. ते कमीत कमी वेळ पडद्यावर दिसतात आणि आपल्यासारख्या प्रेक्षकांच्या ते लक्षातही राहात नाहीत. पुन्हा हिंदी चित्रपट बघायला जाल, तेव्हा लक्ष देऊन बघा.

आपण असा निष्कर्ष काढू शकतो, की गुण आणि प्रसिद्धी बरोबर जातातच असं नाही. बरेचदा कमी गुणी लोक जास्त प्रसिद्ध असतात, कारण प्रसिद्धी मिळवायला

गुणांखेरीज आणखीही काही गोष्टी येत असाव्या लागतात.

प्रसिद्धी ही अनेक विशिष्ट गुणधर्म एकत्र मिळून मिळते.
प्रसिद्धी = (गुण + स्वतःची जाहिरात करता येणं + संधी मिळणं)

जे लोक खूप गुणी असतात, त्यांना त्यांचे गुण लोकांपर्यंत पोचवायला कधी कधी संधी मिळत नाही. जे लोक खूप गुणी असतात, त्यांच्या गुणांची जाहिरात करण्यात कधीकधी यश येत नाही. तो काळ गेला, जेव्हा गुलाबाचा सुगंध किंवा हिऱ्याची चमक ह्यांचा परिणाम कायम राहात असे. कृत्रिम सुगंधी केलेले खोटे गुलाब आकर्षक पॅकिंगमधे मिळतात आणि जास्त लोक ते विकत घेतात. खऱ्या हिऱ्यांपेक्षा अमेरिकन हिरे जास्त लोक विकत घेतात. ज्यांच्याकडे खरे हिरे आहेत, असे लोकही अमेरिकन हिरे ठेवतात.

> **तो काळ गेला, जेव्हा गुलाबाचा सुगंध किंवा हिऱ्याची चमक ह्यांचा प्रभाव खूप पडत असे. कृत्रिम सुगंधी केलेले खोटे गुलाब आकर्षक पॅकिंगमधे मिळतात आणि जास्त लोक ते विकत घेतात.**

ज्या लोकांमध्ये पुष्कळ गुण आहेत, पण ते दाखवण्याचं कौशल्य कमी असतं, संधी मिळत नाहीत, ते प्रसिद्ध होतीलच, असं नाही. भारताचंच बघा. कितीतरी सुप्त शक्ती आहे, पर्यटकांना आकर्षित करतील अशी अनेक स्थळं आहेत, अत्यंत समृद्ध सांस्कृतिक वारसा आहे, पण जगापुढे आपण हे सर्व चांगल्या तऱ्हेनं ठेवू शकलेलो नाही. त्यामुळे दुसऱ्या देशांमध्ये भारताबद्दल अनेक गैरसमज आहेत. अजूनही हा देश मांत्रिकांचा आणि गारुड्यांचा समजला जातो.

माझ्या मते सुमन कल्याणपूर ही एक खूपच अष्टपैलू गायिका आहे. बरेचदा एखादं गाणं तिनं म्हटलं आहे की लता मंगेशकरनं, हे ओळखणं कठीण जातं. परंतु ह्या अत्यंत गुणी गायिकेला लताच्या अर्धीही कीर्ती मिळालेली नाही. कदाचित तिनं संधी आपल्याकडे ओढण्याचा कधीच प्रयत्न केला नसेल.

ह्या उलट बरेच लोक असतात, ज्यांना स्वतःच्या गुणांची उत्तम जाहिरात करण्याचं कौशल्य असतं, म्हणून ते प्रसिद्धीच्या झोतातच राहातात.

आपल्या देशात नकला करणारे कलाकार कितीतरी आहेत. पण 'त्याच्या' तोडीचा कोणीच नाही. त्यानं स्वत:ची जाहिरात अशा तऱ्हेनं केली, की तो यशस्वी झाला. हिंदुस्थान लिव्हरमधे काम करत असताना थोडे आणखी पैसे मिळवण्यासाठी तो मुंबईच्या फूटपाथवर पेनं विकत असे. त्याच्यासारखे छोटे विक्रेते खूप होते पण दादामुनींच्या बोलण्याची नक्कल करत गिऱ्हाईकांशी बोलून त्याच्याजवळचा सर्व माल तो रोज विकून टाकत असे! तो आहे आपला आघाडीचा विनोदी नट जॉनी लिव्हर.

प्रसिद्धी करण्याच्या बाबतीत शहनाझ हुसेनहून जास्त चांगलं उदाहरणच नाही. तिच्याकडे कौशल्य आहे आणि त्याचा प्रसार करण्याची उत्तम पद्धतही. ज्यांना लोकांपर्यंत कसं पोचावं हे चांगलं कळतं, ज्यांना स्वत:ची जरूर ती योग्य आणि उत्तम माहिती लोकांना करून देता येते, असे लोक सगळ्यांना माहीत होतात. मला खूप आवडणारं रेस्टॉरंट अगदी छोटंसं आहे. त्यांचा पिझ्झा 'डॉमिनोज्' पिझ्झापेक्षाही चांगला असतो असं माझे सर्व मित्र-मैत्रिणी म्हणतात, पण त्यांच्याकडे 'डॉमिनोज्' हे नाव नाही!

ज्यांना प्रसिद्धी हवी असते, त्यांच्याकडे योग्य प्रमाणात कौशल्य, जाहिरात करता येणं आणि संधी मिळणं हे असणं आवश्यक असतं.

समाजात जागृती आणण्याचं काम करणाऱ्या बाबा आमट्यांसारख्या अनेक लोकांना जास्त प्रसिद्धी मिळाली पाहिजे, पण त्यांना लोकांना सांगायला जाण्याची जरूरच नाही, कारण त्यांच्या कामात ते पूर्णपणे गुंतलेले आहेत; त्यांना प्रसिद्धीसाठी वेळही नसतो आणि इच्छाही नसते.

ज्यांना प्रसिद्धी हवी असते, त्यांच्याकडे योग्य प्रमाणात कौशल्य, जाहिरात करता येणं आणि संधी मिळणं

संधी ही देवासारखी असते. ती सर्वत्र असते आणि सर्वशक्तिमान असते.

हे असणं आवश्यक असतं.

कितीतरी संधी लक्षात न येता वाया जातात, कारण त्यांच्याकडे कोणाचं लक्षच जात नाही. बऱ्याच संधींचा पुरेसा फायदा उठवला जात नाही कारण फायदा घ्यायलाच कोणी नसतं. लोक बरेचदा तक्रार करतात "माझ्या अंगचे गुण दाखवायला मला संधी मिळाली असती तर...", "मला योग्य वेळी संधी मिळाली असती, तर..." मला नेहमी वाटतं, की ते म्हणतात त्यात किती तथ्य असतं? संधी दवबिंदूंसारख्या, काही लहान– काही मोठ्या– सगळीकडे विखुरलेल्या असतात. आपण आपले डोळे उघडे ठेवले, तर त्यातल्या काही आपल्या हाती येऊ शकतात, त्यातल्या काहींचा तरी अनुभव घेऊ शकतो.

काहीच न शिकणाऱ्या अयशस्वी माणसांचं कुठल्याही चालून आलेल्या संधींकडे लक्षच जात नाही. त्यांना कुठल्याही संधी दिसतच नाहीत, तर कृत्रिम वागणाऱ्या अयशस्वी लोकांना कुठलीच संधी त्यांच्या योग्यतेची वाटत नाही, म्हणून ते सर्वच संधी सोडून देतात. ते करत असलेलं कृत्रिम बेपर्वाइचं नाटक त्यांना कुठलीही संधी घेण्यापासून दूर ठेवतं.

तुम्ही किती प्रयत्न करता, त्याचा हिशोब काढून बघा, की तुम्ही संधींचा फायदा मिळवण्यासाठी किती कष्ट घेता. आपण खरोखर संधी मिळवण्याचा प्रयत्न करतो का, किंवा मिळालेल्या संधीचा फायदा मिळावा म्हणून काम करतो का? आपण आधी संधी मिळण्याची वाट बघत राहातो आणि मग ती मिळाली नाही म्हणून तक्रार करता येण्याची वाट पाहातो. संधी मिळावी, म्हणून आपण खरोखर किती प्रयत्न करतो?

अयशस्वी लोकांचं ह्या हिशोबाचं उत्तर शून्य येतं किंवा कृत्रिम वागणाऱ्या अयशस्वी लोकांच्या बाबतीत ते शून्याच्याही खाली उणे येत असेल!

आपण आधी संधी मिळण्याची वाट बघत राहातो आणि मग ती मिळाली नाही म्हणून तक्रार करता येण्याची वाट पाहातो. संधी मिळावी, म्हणून आपण खरोखर किती प्रयत्न करतो?

प्रसिद्धीची कल्पना आपण नीट समजून घेतली पाहिजे. आपली प्रसिद्धीची कल्पना फार चुकीची आहे. जो मनुष्य सर्वसामान्य लोकांना माहीत असतो तो प्रसिद्ध समजला जातो आणि अशा लोकांचा आपल्याला दबदबा वाटतो.

काहींना चांगली प्रसिद्धी मिळते आणि काहींना वाईट. जे लोक त्यांनी केलेल्या वाईट कृत्यांसाठी प्रसिद्ध असतात, ते जास्त लोकांना ठाऊक असतात, आणि

जास्त काळ लक्षातही राहातात. आजही आपल्याला फूलनदेवी आठवते. पण यंदा, ह्या वर्षी, स्वातंत्र्यदिनाला शौर्य पुरस्कार मिळालेल्या मुलांपैकी कोणीतरी आठवतात आपल्याला?

जी माणसं एकाएकी प्रसिद्धीला येतात, त्यांच्या आयुष्यांमधे आपल्याला खूप रुची असते. प्रत्येक क्षेत्रात आपल्याला एखादी भाग्यश्री किंवा एखादा नरेंद्र हिरवानी सापडतोच.

माझा प्रश्न असा आहे, की ही प्रसिद्ध माणसं इतरांपेक्षा जास्त यशस्वी असतात का?

खेळांच्या क्षेत्रात– (विशेषत: टेनिस आणि क्रिकेट), आणि प्रसार माध्यमांमध्ये (विशेषत: टीव्ही आणि चित्रपट), प्रसिद्धी मिळणं सोपं जातं.

केबल चॅनेल्सची माळ नव्हती तेव्हाचं दूरदर्शन आठवतं? बातम्या देणाऱ्या सलमा सुलतान, अविनाश कौर सरीन आणि प्रभाज्योत कौर सारख्या कार्यक्रम सादर करणाऱ्यांना खूप प्रसिद्धी मिळाली होती. मग 'टाइम्स ऑफ इंडिया'चे संपादक (नाव ठाऊक आहे तुम्हाला?) किंवा आय्.आय्.एम. अहमदाबादचे डीन (माझी खात्री आहे तुम्हाला त्यांचं नाव ठाऊक नाही!) ह्यांच्यापेक्षा त्या सगळ्याजणी जास्त यशस्वी म्हणायच्या का?

तेव्हा मित्रहो, प्रसिद्धी ह्या शब्दाच्या अर्थाचा कसा विपर्यास होतो, ते बघा.

लक्षात ठेवा : प्रसिद्धी आणि यश ही समप्रमाण नसतात.

यशाच्या खऱ्या अर्थाबद्दलच्या चुकीच्या कल्पना समजून घेऊन, सत्य काय, ते लक्षात घेतल्यावर, यश म्हणजे काय ह्याबद्दल आपलं मत ठरवलं पाहिजे.

खऱ्याखुऱ्या यशाची गाथा

'यश हे आपल्या टूथब्रशइतकंच व्यक्तिगत असतं.'

–निनावी.

आपलं यश किंवा अपयश हे आपल्यावरच अवलंबून असतं ह्यात शंकाच नाही, कारण यश किंवा अपयश हे आपण मानून घेण्यावर असतं, दुसरं काही नाही.

एखाद्या भंगारवाल्याला तो यशस्वी आहे असं वाटत असेल, तर तो यशस्वी असू शकतो आणि एखाद्या लक्षाधीशाला आपण अपयशी आहोत असं वाटत असेल तर तो अपयशी असू शकतो.

एक लक्षाधीश तरुण उद्योगपती गाडी घेऊन जात असताना लाल दिव्याशी थांबला. फाटक्या कपड्यातला एक मुलगा खोटी फुलं विकायला हसऱ्या चेहऱ्यानं त्याच्याजवळ आला. त्या हसऱ्या मुलाकडे बघून तो डाफरला, ''अंगावर तर चिंध्या आहेत– आणि तरी हसतोय महामूर्ख!'' मुलगा म्हणाला, ''साहेब! लातूरमधल्या भूकंपातून वाचलो आणि नरकासारख्या अनाथाश्रमातून नुकताच पळून आलोय्! आता माझा मी हवं तसं जगू शकतो, एवढं कारण हसायला पुरेसं आहे मला!'' उद्योगपती तरुण गंभीर झाला. ''माझ्याकडे कितीतरी वडिलार्जित संपत्ती आहे, पण मला आमच्या उद्योगात रुची नाही!''

कोणाला यशस्वी म्हणाल?

खरंच, तो छोटा मुलगाच! कारण त्याला तो यशस्वी आहे असं वाटतं. यश हा काही गुलाबाचा कोणीही घ्यावा असा सुगंध नाही. यश हे कोणीही आवडीनं ऐकावं असं कोकिळेचं कूजन नाही. **माझं यश हा असा सुगंध आहे जो माझ्या नाकाला समजतो. माझं यश हे असं संगीत आहे, जे मी गुणगुणतो.**

'आऊटलुक' मासिकाच्या एका अंकात, मी काही स्त्रियांची माहिती वाचली. त्या वेगवेगळ्या कंपन्यांच्या मालाची थेट विक्री करत होत्या. ह्या स्त्रिया काही विशेष, प्रथमच सुरू करत आहेत असं नाही, पण त्या त्यांच्या आयुष्यातला अर्थ शोधू बघत आहेत आणि हळूहळू त्यांच्या ध्येयाकडे वाटचाल करत आहेत. त्या विशेष क्रांतिकारी असं काही करत नाहीयेत किंवा जगाला फसवतही नाहीयेत. पण त्यांच्यापुरती त्या मानसिक क्रांती घडवून आणत आहेत; म्हणून त्या यशस्वी म्हणायच्या.

थांबा गैरसमज करून घेऊ नका.

ह्याचा अर्थ असा नाही, की एखाद्या अतिरेक्याला तो यशस्वी आहे असं वाटलं, तर तो यशस्वी आहे.

यश मिळवणं हे आपल्या आयुष्याचं ध्येय असतं, आणि ध्येय, हे सकारात्मक, सर्वांना फायदा होईल असं असावं.

म्हणून, स्वत:ची यशोगाथा स्वत:च लिहा.

यश हा नशिबाचा भाग असतो,
कुठल्याही अयशस्वी माणसाला विचारा.
यश हा मानसिकतेचा भाग असतो,
कुठल्याही यशस्वी माणसाला विचारा.

■

सुरुवात

आपल्याला सगळ्यांना यश हवं असतं– बरोबर.

आपल्याला सगळ्यांना यशाच्या आपल्या व्याख्येत बसणारं यश हवं असतं– बरोबर.

तिकीट काढल्याशिवाय थिएटरमध्ये जाऊन आपला आवडता चित्रपट बघता येत नाही.

पादत्राणे न काढता मंदिरात प्रवेश करता येत नाही.

साल काढल्याशिवाय केळं खाता येत नाही.

थिएटरमध्ये जाण्यासाठी, मंदिरात प्रवेश करण्यासाठी किंवा केळं खाण्यासाठी, आधी काही साध्या गोष्टी करणं जरूर असतं.

त्याचप्रमाणे, यशस्वी होण्यासाठी काही गोष्टी करणं जरूर असतं.

यशस्वी होण्यासाठी करण्याच्या गोष्टी अशा :-

(१) आपली मनोवृत्ती बदलणं

(२) बुद्धीचा पूर्ण उपयोग करणं

बदल : सतत चालू राहाणारा लढा

मला रोज व्यायाम करण्याची इच्छा असते,
पण दररोज मी स्वत:ला वचन देतो, 'उद्या'.

मला रोज व्यवस्थित तयारी करायची असते,
पण दररोज मी स्वत:ला गुरफटून घेतो, 'वाईट वाटून घेण्यात'.

मला रोज वेळेवर सगळं करायचं असतं,
पण दररोज, 'कसा काय तो मला उशीरच होतो!'

मला रोज स्वत:ला सुधारायचं असतं,
पण दररोज मी 'माझं नशीबच असं' म्हणत राहातो.

आपल्या मनावर हे शब्द कोरले गेलेले असतात, "मला स्वत:मधे बदल घडवून आणायचाय, पण कसं काय ते मला जमतच नाही!"

रिलायन्स इंडस्ट्रीजच्या कामात व्यग्र राहाणाऱ्या प्रसिद्ध उद्योगपती अनिल अंबानींचं वजन खूपच वाढलं होतं आणि ते त्याबद्दल फारसं काही करत नव्हते. त्यांच्या यूरो शेअर्सच्या कामासाठी ते एकदा न्यूयॉर्कला गेले होते आणि तिथल्या काही मोठ्या उद्योगपतींबरोबर त्यांची मीटिंग होती, तेव्हा त्या उद्योगपतींपैकी एकजण म्हणाला, "जो माणूस स्वत:चा आकार नीट ठेवू शकत नाही, तो त्याच्या उद्योगधंद्याला व्यवस्थित आकारात ठेवेल अशी अपेक्षाच करता येत नाही!" अंबानींनी हे ऐकलं, तेव्हा त्यांना कळून चुकलं, "आता मात्र काहीतरी केलंच पाहिजे!"

त्यांनी स्वत:मधे बदल घडवून आणायचं ठरवलं.

आज, ते त्यांच्या स्वत:च्या जिममधे रोज व्यायाम करतात आणि रोज लांबवर चालायला जातात. एक अत्यंत तंदुरुस्त माणूस असण्याचा बदल त्यांनी स्वत:मधे घडवून आला आहे.

(सन्डे टाइम्स - टाइम्स ऑफ इंडिया मधून संक्षिप्त)

थरमॅक्स इलेक्ट्रॉनिक्सच्या चीफ एक्झिक्युटिव्ह ऑफिसर अनु आगा ह्या गृहिणी होत्या. त्यांचे पती एकाएकी निधन पावले, आणि काय करावं, कोठून सुरुवात करावी हेच त्यांना समजेना. काही दिवस संपूर्णपणे निष्क्रियतेत घालवल्यानंतर त्यांना उठून कामाला लागणं भागच होतं, कारण थरमॅक्सची जबाबदारी घ्यायला दुसरं कोणी नव्हतंच! त्यांच्यामध्ये झालेल्या बदलामुळे आज त्यांना आयुष्याकडे बघण्याची नवी दृष्टी मिळाली आहे आणि त्यांच्या कंपनीला जीवनदानही.

बदल हा अटळ असतो, पण माणसाची जन्मजात प्रवृत्ती बदलाला प्रतिकार करण्याची असते. आपली आयुष्यं एका ठरावीक पद्धतीनं चालत असतात आणि अगदीच आवश्यक असल्याशिवाय आपल्याला त्यात फार बदल करायला नको असतो. पुढे वाचण्यापूर्वी स्वत:ला विचारा, "मला बदलायचं आहे?''

आपण आपल्या कपड्यांमधे बदल करतो, केशरचना बदलतो, खोलीतली मांडणी बदलतो आणि थोडा वेळ आपल्याला बरं वाटतं. पण हा केवळ पाण्यावरच्या लहरींसारखा बदल असतो.

बदल दोन तऱ्हांचा असतो.

(१) बदल करायचा म्हणून बदल.

(२) परिस्थिती जास्त चांगली करण्यासाठी बदल.

आपण साधारणपणे आपल्या भोवतालचं वातावरण बदलतो आणि थोडा वेळ आपल्याला बरं वाटतं.

आपण आपल्या कपड्यांमधे बदल करतो, केशरचना बदलतो, खोलीतली मांडणी बदलतो आणि

थोडा वेळ आपल्याला बरं वाटतं. पण हा केवळ पाण्यावरच्या लहरींसारखा बदल असतो. लहरी यायच्या थांबल्या, की पाणी पुन्हा पहिल्यासारखं दिसू लागतं.

तेव्हा, इथं आपल्याला प्रगतीच्या दिशेनं करण्याच्या बदलाबद्दल विचार करायचा आहे.

आयुष्य घालवण्यासाठी बदल अगत्याचा नसतो.
आयुष्य जगण्यासाठी बदल अत्यंत आवश्यक असतो.

बदलाचा निरपवाद नियम

मी स्वत:ला सोडून कोणालाही बदलू शकत नाही.

मी स्वत: सोडून कोणीही मला बदलू शकत नाही.

आपण इतरांना बदलण्याचा प्रयत्न करू शकतो, पण त्या व्यक्तीला स्वत:ला बदलायचं नसेल, तर आपण यशस्वी होणार नाही.

तुम्हाला जर वाटत असेल की काहीच न शिकणाऱ्या अयशस्वी माणसांची किंवा कृत्रिम वागणाऱ्या अयशस्वी माणसांची वैशिष्ट्यं तुमच्यामधे आहेत, तर केवळ तुम्हीच स्वत:ला बदलू शकता.

आता, प्रश्न असा उभा राहातो, की

मी का बदलावं?

तुम्ही आधीची प्रकरणं लक्षपूर्वक वाचली असतील, तर उत्तर अगदी सरळ आहे.

तुम्हाला जर तुमच्यामध्ये काहीच न शिकणाऱ्या अयशस्वी माणसाची, किंवा कृत्रिम वागणाऱ्या अयशस्वी माणसाची लक्षणं दिसत असली, तर तुम्हाला चांगलं ठाऊक आहे, की तुम्ही बदलणं जरूर आहे. ती लक्षणं कशी बदलायची– उदा. टीका कशी करावी, तक्रार कशी करावी, बढाया कशा मारू नयेत, काम पुढे कसं ढकलू नये इ. हेही तुम्हाला माहीत आहे.

एव्हाना ती वेगवेगळी लक्षणं तुमच्या स्वभावात आली असतील, एव्हाना तुमच्या प्रश्नांचं विश्लेषण तुम्ही करू शकाल.

तुम्ही एक नवा 'मी' निर्माण करायला सुरुवात करण्यापूर्वी तुमच्या मनात तीन साधे नियम ठसवा. हे तीन नियम तुमच्यातल्या नव्या 'मी'चा पाया होऊ देत. ते तीन नियम मिळून तुम्हाला लवकरच एक सशक्त मनाची व्यक्ती बनवतील.

मी स्वत:ला मान देईन
मी स्वत:ला प्रेरणा देईन.
मी स्वत:वर प्रेम करेन.

आपल्या दृष्टिकोनाचा पाया

आपण आपला दृष्टिकोन जास्तीत जास्त सकारात्मक उत्साहानं बदलला पाहिजे. त्यामुळेच आपण जास्त उच्च दर्जाचं काही मिळवू शकतो आणि जास्त सखोल समाधानही.

मी स्वत:वर प्रेम करेन

प्रेमाची नेमकी व्याख्या कोणीच करू शकणार नाही. पण आमच्या मताप्रमाणं, प्रेम म्हणजे एक विश्वासाची भावना असणं, आत्मसन्मानाची भावना असणं, एक आध्यात्मिक विकासाची भावना असणं.

> आपण आपला दृष्टिकोन जास्तीत जास्त सकारात्मक उत्साहानं बदलला पाहिजे, त्यामुळेच आपण जास्त उच्च दर्जाचं काही मिळवू शकतो आणि जास्त सखोल समाधानही.

आपण कोणावर तरी किंवा कशावर तरी प्रेम करतो, तेव्हा त्या व्यक्ती किंवा वस्तूबद्दल आपल्याला आपुलकी वाटते. मदर टेरेसांनी तळागाळातल्या माणसांची मनोभावे सेवा केली कारण त्यांना त्यांच्याबद्दल निर्हेतुक प्रेम वाटत होतं. **ज्या व्यक्तीवर आपण प्रेम करतो, त्या व्यक्तीसाठी आपण करता येईल तितकं सगळं करतो. त्या व्यक्तीला सुखी करण्याचा प्रयत्न करतो, त्या व्यक्तीचा सर्व**

अन्यायांपासून बचाव करण्याचा प्रयत्न करतो. तेव्हा आपण जर स्वत:वर प्रेम करत असू, तर स्वत:च्या बाबतीतही तसंच वागू.

माझे आई-वडील माझ्यावर प्रेम करत असत, त्यांना माझ्यासाठी सर्वात उत्तम असेल तेच हवं होतं, त्यांनी मला सर्व वेदनांपासून वाचवण्याचा प्रयत्न केला आणि त्यांची इच्छा मला सुखी बघण्याची होती. मी माझ्या मुलीवर प्रेम करते म्हणून माझी इच्छा तिला सुखी बघण्याची आहे. तिला जे हवेसे वाटेल (ती एक वर्षाची आहे!) ते तिला मिळवून द्यायला मदत करण्याची माझी इच्छा आहे. मी स्वत:वर प्रेम करते, म्हणून स्वत:साठी, जे सर्वात उत्तम असेल, ते मला हवं आहे. ज्या गोष्टींनी मी सुखी होईन, त्या सर्व मला करायच्या आहेत.

१९४२ च्या वसंत ऋतूत एक दिवस शर्टस् बनवणाऱ्या एका कॅनेडियन कंपनीचा मालक मॅक्स फ्रीड त्याच्या फॅक्टरीकडे चालला होता. आत शिरता शिरता रस्त्याच्या दुसऱ्या बाजूला एका तरुण मुलाला त्यानं एका दुकानाच्या समोरच्या पायऱ्या धुताना बघितलं. चेहरा ओळखीचा वाटला म्हणून फ्रीडनं त्याला विचारलं, "तू इथं काय करतोयूस?"

त्या वीस वर्षाच्या मुलानं उत्तर दिलं, "मी ह्या दुकानात काम करतो." चेहऱ्यात साम्य वाटलं म्हणून फ्रीडनं विचारलं, "मी ज्या दुकानातून मटण विकत घेतो, त्याचे मालक तुझे वडील आहेत का?"

"होय." तो मुलगा म्हणाला.

फ्रीडनं त्या मुलाच्या वडिलांना फोन केला आणि त्यांचा तरुण हुशार मुलगा असं काम का करत होता असं विचारलं.

"त्याला कॉलेजमधे जायचंयू, जे मला परवडत नाही." वडिलांनी सांगितलं.

"बरं. उद्या त्याला मला भेटायला पाठवा."

दुसऱ्या दिवशी तो तरुण आला.

"मी तुझा कॉलेजचा सर्व खर्च देईन. तुला एकूण किती पैसे लागतील ते लिहून दे. माझ्या बऱ्याच अटी मात्र आहेत." फ्रीड म्हणाला.

मुलगा गप्प ऐकत होता.

"पहिली अट म्हणजे, हे पैसे कोठून आले हे कोणालाही तू सांगायचं नाहीस."

"दुसरी अट म्हणजे तुला उत्तम ग्रेडस् मिळत राहिल्या पाहिजेत."

"तिसरी अट म्हणजे, हे कर्ज आहे. तुला शक्य होईल तेव्हा तू ते फेडायचं आहेस."

''आणि शेवटची अट म्हणजे, असंच सगळं भविष्यकाळात तू कोणासाठी तरी करशील असं तू मला वचन दिलं पाहिजेस.''

''थँक यू मिस्टर फ्रीड.'' तो वीस वर्षांचा तरुण म्हणाला, ''मी तुमची निराशा करणार नाही.''

मिस्टर फ्रीडनी त्याला तीन वर्षांच्या कॉलेज शिक्षणासाठी ९९० डॉलर्स दिले. त्या मुलानं ते थोडे थोडे करून परत दिले.

त्यानं फक्त एक वचन मोडलं. इतरांना उदाहरण म्हणून त्यानं ही गोष्ट लिहून काढली.

तुम्ही जर स्वतःवर प्रेम करत असाल, तर तुम्ही स्वतःला महत्त्व देता. म्हणजे स्वतःकडून खूप चांगल्या कामाची अपेक्षाही ठेवता.

एवढं लक्षात ठेवा मित्रांनो, की स्वत:वर प्रेम करणं म्हणजे अहंमन्यता नव्हे; त्याचा अर्थ असा नव्हे, की आपण आत्मकेंद्रित, अहंगंड असलेलं व्हावं. स्वत:वर प्रेम करणं म्हणजे जास्त यश आणि सखोल समाधान मिळवण्यासाठी योग्य तऱ्हेनं प्रयत्नांची सुरुवात करणं. हे स्वत:ला समजून घेणं आहे. आयुष्याचा अर्थ समजून घेण्याची ही परीक्षा आहे. स्वत:वर प्रेम करणं म्हणजे सर्वांशी मित्रत्वानं वागण्याची सुरुवात करणं.

औदार्याची सुरुवात घरापासून होते, तशीच प्रेमाचीही. तुम्ही जर स्वतःवरच प्रेम करू शकत नसाल, तर तुम्ही कोणावरच प्रेम करू शकणार नाही.

ह्या मागची कारणमीमांसा अगदी सरळ आहे. औदार्याची सुरुवात घरापासून होते, तशीच प्रेमाचीही. तुम्ही जर स्वत:वरच प्रेम करू शकत नसाल, तर तुम्ही कोणावरच प्रेम करू शकणार नाही. तुमच्या मनोवृत्तीचा मुख्य घटक स्वत:ला महत्त्व देणं आणि बिनशर्त प्रेम करणं हा असला पाहिजे. आपण आपल्याला पाठबळ दिलं पाहिजे, मार्गदर्शन केलं पाहिजे. बिनशर्त प्रेमातून बिनशर्त शक्ती येते, आपल्याला जे करायचं असेल, ते

करू शकण्याची शक्ती. स्वत:वर प्रेम करणं म्हणजे ज्याचं आपल्याला कौतुक वाटतं, ज्यामधे आपल्याला श्रद्धा आहे, ते करणं.

जे चूक आहे, निंदनीय आहे, नकारात्मक आहे, अशुद्ध आहे अशावर आपण प्रेम करत नाही, म्हणून आपण स्वत:वर प्रेम केलं, तर आपण योग्य तेच करू, सकारात्मक आणि शुद्ध राहू.

प्रेम म्हणजे बांधीलकी
मी जर स्वत:वर प्रेम करत असेन, तर माझी स्वत:शी बांधीलकी आहे.

म्हणून तुमच्या व्यक्तिमत्त्वामध्ये, 'मी स्वत:वर प्रेम करेन' ह्या पायावर बदल करायला सुरुवात करा.

मी स्वत:ला प्रेरणा देईन

आमच्या सर्व कार्यशाळांमधे नेहमी एक गोष्ट होते. आमच्या प्रशिक्षण कार्यशाळांसाठी येणाऱ्या अधिकारी वर्गातील मंडळींना रिफ्रेशर कोर्समधील व्याख्यानांमध्ये आम्ही नेहमी सांगतो, की "कृपा करून तुमच्या मुलांची इतर मुलांशी तुलना करू नका." ही मंडळी नेहमी तीच हरकत घेतात की, "तुलना केली नाही तर स्पर्धा राहाणार नाही."

आपल्या ह्या विचारसरणीत एक मोठा दोष आहे, हे लक्षात येण्यास त्यांना थोडा वेळ लागतो. प्रेरणा बाहेरून मिळाली पाहिजे असं आपल्याला नेहमी वाटतं. आपल्या मुलांचं काम सुधारण्यास आपण इतर मुलांच्या कामावर अवलंबून राहातो. आपण स्वत:ला असं विचारावं, की आपल्या मुलानं स्वत:शीच स्पर्धा का करू नये?

दुसरा काही संदर्भ आपल्यासमोर असला, म्हणजे आपल्याला काही करावंसं वाटतं. दुसरं कोणी आपल्यापेक्षा जास्त अभ्यास करत असलं म्हणजे आपल्याला अभ्यास करावासा वाटतो. जेव्हा दुसरं कोणीतरी विक्रीसाठी खूप प्रयत्न करताना दिसतं तेव्हा आपण आपल्या ठरवलेल्या लक्ष्यापर्यंत पोचण्याचा प्रयत्न करू

लागतो. आपल्या पुढे जर कोणी पळत नसेल तर आपली चाल मंदावते.

ज्यांना स्वतःचेच विक्रम मोडायचे असतात, ते खरे जेते होतात.

जरा विचार करा, आपल्या हृदयातली ज्योत पेटवायला आपल्याला दुसरं कोणी का लागतं? आपण केलेल्या कामांबद्दल आपल्याला दुसऱ्या कोणाकडून स्तुती का करून हवी असते? आपण काम करावं म्हणून आपलं मन वळवायला आपल्याला दुसरं कोणी का लागतं? जे काही आपल्या व्यक्तिमत्वाच्या बाहेरचं आहे, ते नेहमी तात्पुरतंच असतं. **म्हणून आपली मनोवृत्ती स्वतःलाच प्रेरणा देण्याची असली पाहिजे.**

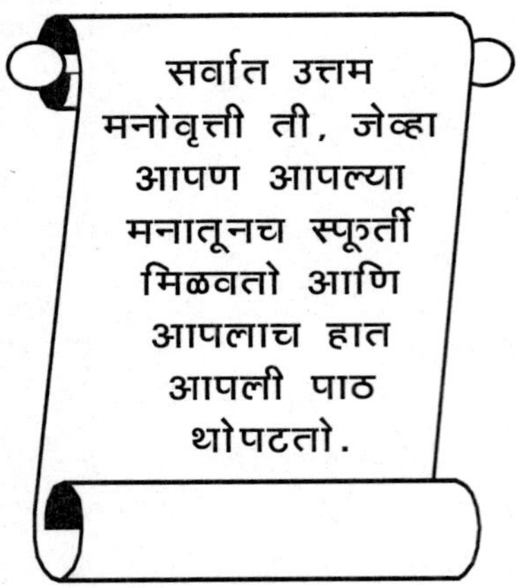

मीच माझा मित्र, तत्त्वज्ञ आणि मार्गदर्शक असणार आहे. सर्वात उत्तम मनोवृत्ती ती, जेव्हा आपण आपल्या मनातूनच स्फूर्ती मिळवतो आणि आपलाच हात आपली पाठ थोपटतो. स्वतःला प्रेरणा देणं, हे न थांबता सदैव होत राहू शकतं. अशी प्रेरणा आपल्या हृदयात खळखळ वहात असणाऱ्या जलस्रोतासारखी असते. आपण अगदी तळाशी असतो तेव्हा, मधे असतो तेव्हा आणि शिडीच्या वरच्या टोकाला असू तेव्हाही, आपण एकटे असलो तरीही किंवा बरोबर साथी असले तरीही, ती सदैव काम करतच असते. जे स्वतःच स्वतःला प्रेरणा देतात, तेच नवे पायंडे पाडू शकतात.

कोलंबसानं स्वतःला उद्युक्त केलं नसतं, मंगल पांडेनं स्वतःला प्रेरणा दिली नसती, हेलेन केलरनं स्वतःला प्रोत्साहन दिलं नसतं, किरण बेदीनं स्वतःला प्रेरणा दिली नसती. 'लगान'च्या आमीरखाननं स्वतःला प्रोत्साहन दिलं

नसतं, तर काय झालं असतं, कल्पना करा.

ह्याचा अर्थ असा नाही, की बाहेरून मिळणारं प्रोत्साहन व्यर्थ जातं किंवा त्याचा परिणाम होत नाही. बाहेरून मिळणाऱ्या प्रोत्साहनानं आपल्याला स्फूर्ती येते, आपलं मन वळवण्याचं काम ते करतं, पण जेव्हा नेमकी जरूर असेल तेव्हा ते मिळेलच असं नाही. बहुतेक सर्व लोक, हे 'साहेब सांगतील तसं करणारे' असतात. देखरेखीखाली ते चांगलं काम करतात. त्यांना काय करायचं ते सांगितलं, की ते छान काम करून दाखवतात. वरिष्ठांनी सांगितलं असेल तेव्हा ते उत्तम काम करतात, पण एरवी त्यांची स्वत:शी बांधीलकी अशी काही नसते. सरकारी अधिकाऱ्यांचं काम किंवा सरकारी प्रकल्पांमध्ये मंद गतीनं चालणारं काम, ह्याचं कारण हेच आहे. प्रत्यक्ष जबाबदारी नसल्यामुळं आणि ठरल्या वेळेला पगाराची हमी असल्यामुळं, कामं जागची न हलणं ही खपून जाणारी वस्तुस्थिती झाली आहे.

सरकारी सत्ताधाऱ्यांच्या ह्या वृत्तीचं कारण 'मी का म्हणून करावं?' ही वृत्ती आहे. कुठलाही निर्णय घ्यायचा असेल, नवीन काही सुरू करायचं असेल, आपण होऊन आपण पुढे होत नाही. प्रत्येक जण दुसऱ्या कोणाच्या तरी मागे दडू बघतो. प्रत्येकाला चिंता ही असते, की त्यानं घेतलेल्या निर्णयाबद्दल त्याला जबाबदार धरला जाईल किंवा त्या निर्णयामुळं काहीतरी चुकलं, तर दोष त्याला दिला जाईल.

वर्गात एखादा प्रश्न विचारायचा असेल किंवा मीटिंगमधे एखादा प्रश्न विचारायचा असेल, तर आपल्याला वाटतं, 'मी कशाला विचारू? विचारू दे दुसऱ्या कोणाला तरी, म्हणजे माझंही शंका निरसन होईल.' कधी कधी प्रत्येकालाच 'मी कशाला विचारू?' असं वाटतं आणि कोणीच काही विचारत नाही; आणि त्यामुळं सगळ्यांचंच नुकसान होतं.

काही गरमागरमीची चर्चा झाली, किंवा तंटा उत्पन्न होईल अशी परिस्थिती निर्माण झाली, तर आपण प्रथम 'सॉरी' म्हणत नाही. पुन्हा तेच– 'मी का म्हणू?' दुसऱ्या व्यक्तीनं प्रथम म्हणावं अशी आपली इच्छा असते. आपण पुढाकार घेत नाही. आपण सुरुवात करत नाही. आपण स्वत:ला असं विचारत नाही, की "आपण का करू नये?"

स्वत:ला विचारा :
मी जर ते करू शकत असेन,
तर मी का करू नये?

मी स्वत:ला मान देईन

> **दूरगामी विचार केला, तर सर्व संबंधांचा पाया परस्परांबद्दल वाटणारा मान हाच असतो.**

वयस्क मंडळींना साधारणत: त्यांच्या वयाकडे बघून आपण मान देतो; पण एरवी आपण मान देतो काही गुणांना– हुशारी, प्रामाणिकपणा, बांधीलकी, अनुभव. दूरगामी विचार केला, तर सर्व संबंधांचा पाया परस्परांबद्दल वाटणारा मान हाच असतो. आपण आपल्यालाच मान देत नसलो तर आपलं आपल्याशी नातं जुळू शकत नाही. तुम्ही स्वत:ला मान देता, तेव्हा तुम्हाला आत्मसन्मान असतो, आत्मविश्वास असतो आणि सर्वांत महत्त्वाचं म्हणजे तुम्ही तुम्हीच असता.

आपण 'मान' हा शब्द बरेचदा चुकीच्या अर्थानं वापरतो. आपण नेहमी तो एखाद्या व्यक्तीच्या संदर्भात वापरतो. उदाहरणार्थ, मी माझ्या आई-वडिलांना मान देतो. मी सर्व वयस्क मंडळींना मान देतो. मी माझ्या देशाला मान देतो. पण आपल्या वागणुकीतून ते फारसं दिसून येत नाही. आपण लोकांना मान देण्याचा प्रयत्न करतो, पण आपल्याला ते जमत नाही, कारण आपण विभाग पाडतो. कधीकधी आपल्याला एखाद्या माणसाबद्दल आदर वाटत नाही, फक्त त्याच्या हुशारीबद्दल वाटतो, तर कधी आपल्याला एखाद्या माणसाबद्दल किंवा त्याच्या हुशारीबद्दल मान वाटत नाही, फक्त त्याच्या समाजातल्या स्थानाबद्दल, आणि कधीकधी आपल्याला एखाद्या माणसाबद्दल, त्याच्या हुशारीबद्दल किंवा स्थानाबद्दलही आदर वाटत नाही, फक्त त्याच्या भावनांचा आपण आदर करतो. पण दरवेळी आपण अशी चुकीची समजूत करून घेतो, की त्या व्यक्तीबद्दल आपल्याला आदर वाटतो.

मित्रहो संपूर्ण आदर आणि एखाद्या कारणासाठी आदर, ह्यात फरक आहे.

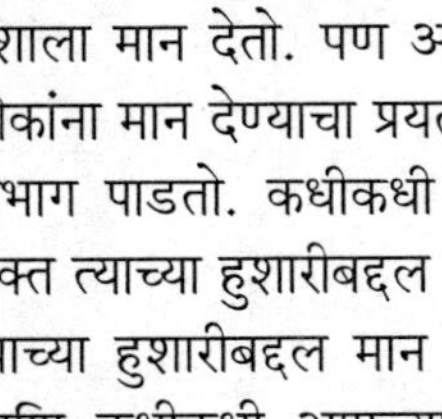

मी ज्या इमारतीत राहाते, तिथला चौकीदार हा गुण कमी आणि दोष जास्त असलेला एक धिप्पाड माणूस आहे. तो असभ्य भाषा वापरतो आणि वरचेवर लोकांशी भांडणं उकरून काढतो. त्याची बायको खूप आजारी पडली आणि मृत्यू पावली. दुसऱ्या दिवशी मी त्याला एका कोपऱ्यात बसून हुंदके देताना बघितला. मी त्याच्या पाठीवर थोपटलं आणि त्याचं सांत्वन

केलं. त्याच्या भावनांची मी कदर केली. दुसऱ्या दिवशी तो माझ्याकडे हजार रुपये उसने मागण्यासाठी आला. मी नकार दिला. तो आरडाओरडा करून मला दोष देऊ लागला, की मी खोटी सहानुभूती दाखवली होती आणि मदत करण्याची मात्र माझी तयारी नव्हती.

होय. त्याच्या इतक्या बेजबाबदार माणसाला मदत करण्याची माझी इच्छा नव्हती. पण मी त्याच्या पाठीवर थोपटलं होतं, ते खरं होतं. मी त्याच्या भावनांची कदर केली होती, ह्याहून जास्त काही नाही. **अशी माणसं आपल्याला सहानुभूती वाटायला लावतात.**

काही माणसांना त्यांच्या समाजातल्या स्थानामुळं आपण मान देतो. राष्ट्रांचे अध्यक्ष, कंपन्यांचे मॅनेजिंग डायरेक्टर्स, वर्तमानपत्रांचे संपादक ह्यांना आपण व्यक्ती म्हणून मान देत नाही, ते ज्या स्थानी असतात, त्या स्थानाला मान देतो. ते त्या पदावरून खाली उतरले म्हणजे मानही कमी होतो. **अशा माणसांना मान देणं आपल्याला आवश्यक वाटतं.**

काही माणसांना त्यांच्या गुणांमुळे आपण मान देतो. अमिताभ बच्चन आणि अमर्त्य सेन, हे एक अभिनेता म्हणून आणि एक अर्थशास्त्रज्ञ म्हणून आदरणीय आहेत. **त्यांचा आपल्याला दबदबा वाटतो.**

काही लोक जरी प्रसिद्ध नसले, तरी एक व्यक्ती म्हणून माननीय असतात. त्यांच्याबद्दल आपल्याला मनापासून आदर वाटतो. ते एक व्यक्ती म्हणून जसे असतात, त्यांची मूल्यं जी असतात, त्याबद्दल आपल्याला आदर वाटतो. त्यांचं समाजातलं स्थान, हुशारी किंवा भावनांबद्दल नाही, पण जीवन जगण्याच्या त्यांच्या कौशल्याबद्दल, त्यांच्यामधे लढाऊ कौशल्य असतं. **अशी माणसं आपल्या मनात कौतुक उत्पन्न करतात.**

त्यांच्यामध्ये लढाऊ कौशल्य असतं, स्वत:शी प्रामाणिक कसं राहायचं हे त्यांना ठाऊक असतं आणि त्याप्रमाणे ते वागतात. त्यांच्या हातून चूक होईल किंवा ते चुकीचे विचार करतील, तेव्हा स्वत:ला प्रश्न विचारण्याचं धैर्य त्यांच्यामधे असतं. आपल्या मनाशी प्रामाणिक राहाण्याचा आत्मविश्वास त्यांच्यामधे असतो.

त्यांच्या इच्छेप्रमाणे त्यांचं आयुष्य अर्थपूर्ण करण्याची धमक त्यांच्यामधे असते.

आपलं अपयश कबूल करण्याचं मानसिक धैर्य त्यांच्यामधे असतं.
आव्हान स्वीकारण्याचं मानसिक सामर्थ्य त्यांच्यामधे असतं.
हसण्याची किंवा रडण्याची मानसिक शक्ती त्यांच्यामधे असते.
मजेत वेळ घालवण्याचा उत्साह त्यांच्यात असतो.
वास्तवाला तोंड देण्याची मानसिक कुवत त्यांच्यामधे असते.

काही लोक हुशार असतात, काही उच्च स्थानी असतात, काहींवर त्यांच्या भावनांचं प्रभुत्व असतं, तर काहींमध्ये आयुष्य जगण्याचं कौशल्य असतं.

ह्या ठिकाणी आम्ही उदाहरणं देणार नाही आहोत, कारण तुम्ही स्वत:च हे सर्व आवश्यक गुण अंगी बाणवावे असं आम्हाला वाटतं.

आदर मिळालाच पाहिजे अशी अपेक्षा धरू नका, आदर मिळेल असं वागा.

मात्र आदर हा मागून मिळत नाही. आपल्यामधे असे काही गुण असले पाहिजेत, ज्यांमुळे आपल्याला आपोआपच आदर मिळेल.

ते सत्तेवर होते त्यातल्या शेवटच्या वर्षी ते एका सरकारी समारंभाला गेले होते. त्यांच्या कितीतरी मागे एका रांगेतले दोघेजण कुजबुजत होते.

"ते विन्स्टन चर्चिल आहेत. त्यांना म्हातारचळ लागायला लागलाय् म्हणतात."

"हं! लोक म्हणतात की त्यांनी आता बाजूला व्हावं आणि देशाचा कारभार जास्त जोमदार आणि समर्थ माणसांच्या हाती सोपवावा."

जेव्हा समारंभ संपला तेव्हा चर्चिल त्या दोघांकडे वळून म्हणाले, "बरं का हो, लोक असंही म्हणतात की मी बहिरा आहे!"

विरोधकांना तोंड देते वेळी त्यांची नेकी आणि आत्मसन्मान अजोड होता.

मनोबळ ठेवून विचार करणं–
बुद्धीचा फायदा करून घेणं.

मला वाटतं मी कारंजं आहे,
आणि मी तालावर वाहात राहाते.
मला वाटतं मी पीस आहे,
आणि मी उंच उंच उडते.
मला वाटतं मी खडक आहे,
आणि मी सैनिकासारखी उभी राहाते.
मला वाटतं मी अग्नी आहे,
आणि मी जेत्यासारखी चमकते.

देवानं दिलेलं सारं काही आपण वापरतो आणि त्यानं दिलेल्या काही गोष्टींचा गैरवापरही करतो. आपण निसर्ग चांगल्या आणि वाईट तऱ्हेनं वापरतो, तसंच आपण माणसंही चांगल्या आणि वाईट तऱ्हेनं वापरतो. पण आपण जवळजवळ सगळेच देवानं दिलेली एक अत्यंत मौल्यवान आणि अलौकिक गोष्ट वापरायचं विसरतो– आपली विचारशक्ती.

थोडं पनीर आणण्यासाठी मी एका डेअरीमध्ये गेले. ते मिळायची वाट बघत उभी असताना एका कोपऱ्यात मला एक वॉशिंग मशीन दिसलं. ते भलत्या जागी आहे असं मला वाटलं. कुतूहलापोटी मी विचारलं, "तुम्ही तुमचे कपडे इथं धुता?"

"छे, छे!" लगेच उत्तर आलं.

"हं हं! मला वाटलं हे वॉशिंग मशीन चालू कंडिशनमधे आहे." मी म्हटलं. मला मग वाटलं, की मोडलेलं मशीन ती मंडळी काहीतरी भरून ठेवायला वापरत असतील.

"चालू कंडिशनमधेच आहे मशीन!" माझी कल्पना चूक ठरवत पट्दिशी उत्तर आलं. "ताक करायला वापरतो आम्ही ते."

मी थक्कच झाले. मशीनचा वॉशर ती मंडळी ताक करून लोणी काढायला वापरत होती!

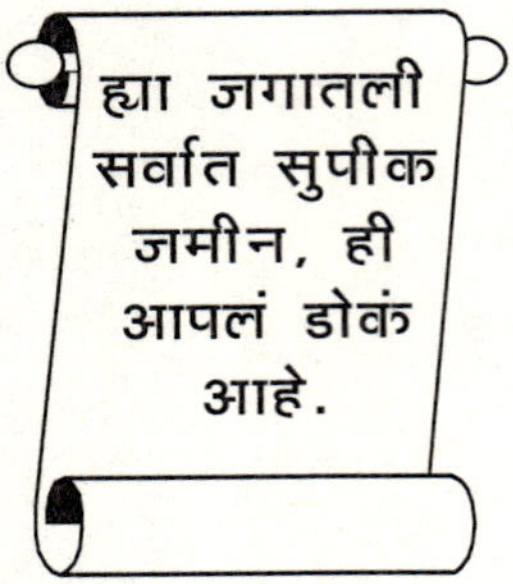

माझ्या म्हणण्याचा चुकीचा अर्थ घेऊ नका! मला असं म्हणायचं नाहीये, की आपण आपलं वॉशिंग मशीन कपडे धुण्याऐवजी ताक करून लोणी काढायला वापरावं. माझा हेतू एक साधी गोष्ट लक्षात आणून देण्याचा आहे.

ह्या जगातली सर्वात सुपीक जमीन, ही आपलं डोकं आहे.

पण आपण, बस पकडणं, जेवण उकरणं, मजेत चित्रपट बघणं, सहकाऱ्यांवर टीका करणं, इतरांना दोष देणं, ह्या सगळ्यात इतके मग्न असतो, की आपली बुद्धी काय काय करू शकते, इकडे आपण लक्षच देत नाही.

मन हे नव्या नव्या कल्पना घुसळून बाहेर काढणारं मशीन आहे, आणि ते २४/७ काम करत असतं.

आयुष्याचं दुष्टचक्र

तो सकाळी उठला न् म्हणाला,
''छे! झोप काही चांगली झाली नाही!''

त्यानं सकाळचा नाश्ता केला नाही आणि म्हणाला,
''ऑफिसला उशीर होतोय!''

ऑफिसमधे पोचला तेव्हा त्याचं डोकं दुखायला लागलं, न् तो म्हणाला,
''मी नीट नाश्ता केला नाही ना, म्हणून हे!''

त्याचं काम तो पूर्ण करू शकला नाही आणि तो म्हणाला,
''डोकेदुखीचा हा परिणाम.''

खिन्न मनानं तो घरी गेला न् म्हणाला,
"काम बाकी राहिलं, त्याचा त्रास होतोय् मनाला!"

रात्री उशिरापर्यंत तो चित्रपट बघत बसला न् म्हणाला,
"माझ्या खिन्नपणातून बाहेर निघायंचय् मला!"

आणि पुन्हा सकाळी त्याला उठायला उशीर झाला!

फारच वाईट जीवनपद्धती होय, ना?
आपल्या सगळ्यांची जीवनपद्धती ही अशीच असते.
आपण एका चक्रात अडकतो, सवयींचे गुलाम होतो, आणि
आपली बुद्धी वापरून त्या सवयी बदलाव्या, हे लक्षात घेत नाही!

केवळ आपल्या मनाचीच कुवत
केव्हाही, कोठेही सर्व काही
बदलण्याची असते.

आपली विचारशक्ती हे इतर प्राण्यांहून वेगळं असं आपलं वैशिष्ट्य आहे. ती आपल्याला आपलं व्यक्तिमत्त्व घडवायला मदत करू शकते, पण सर्वसाधारणपणे आपण कोणाचं तरी उसनं घेतलेलं व्यक्तिमत्त्व आपलंही असल्याचं स्वीकारून समाधान मानतो. आपण उसन्या घेतलेल्या कल्पनांमधे विश्वास ठेवतो, उसन्या घेतलेल्या विचारांवर विश्वास ठेवतो.

दिवसातल्या चोवीस तासात, सर्वसाधारण मनुष्य त्याच्या बऱ्याचशा वेळाचा उपयोग– किंवा दुरुपयोग– शारीरिक कामं (दात घासणे, आंघोळ करणे, ऑफिसला पोचणे, जेवणे इ.) करण्यासाठी करतो. ह्या सगळ्या वेळात आपलं मन मोकळं तरी असतं किंवा निरुपयोगी विचारांमधे गढलेलं असतं. आपला बराचसा वेळ आपण आपल्याला काय करता येईल ह्याचा विचार न करता आपल्याला काय व्हायला हवं आहे, ह्याचा विचार करण्यात घालवतो.

दात घासताना किंवा नाश्ता करताना किंवा घर-ऑफिस-घर ह्या प्रवासात आपण आपल्या बुद्धीचा जास्त चांगला उपयोग करू शकतो.

आपला बराचसा वेळ आपण आपल्याला काय करता येईल ह्याचा विचार न करता आपल्याला काय व्हायला हवं आहे, ह्याचा विचार करण्यात घालवतो.

आपण ते मोकळं आणि रिकामं सोडलं, तर नक्कीच सैतान त्याचा ताबा घेईल.

आपण टीका, मत्सर, सबबी आणि बढाया ह्यांनी ते भरून टाकलं, तर ते एका अयशस्वी माणसाचं मन होईल.

आपण त्यात सकारात्मक कल्पना, स्वत:चे असे खास विचार आणि उत्साह भरून टाकले, तर ते एका यशस्वी माणसाचं मन होईल.

कल्पना करा :
आदिमानवानं अग्नीचा शोध लावला नसता.
एडिसननं आपल्याला इलेक्ट्रिक बल्ब दिला नसता.
बिल गेट्सनं 'विंडोज' दिल्या नसत्या.
तर आपण कुठे असतो?

देवाची कृपा,
की बुद्धी वापरणारी काही माणसं त्यानं आपल्याला दिली.

"तू तुझी खोली कधीही व्यवस्थित ठेवत नाहीस. रोजच्या रोज तू ती स्वच्छ का नाही करत, म्हणजे साफ करण्याचं काम फार साठणार नाही!" आई तिच्या सतरा वर्षांच्या मुलीवर ओरडत होती.

"मला किती काम असतं! अभ्यास असतो, पेंटिग करायचं असतं, मी माझ्या बाहुल्यांशी खेळते, व्हिडिओ गेम्स खेळते आणि मग मी कॉम्प्युटर क्लासला आणि स्केटिंगला जाते. खोली स्वच्छ करायला वेळ राहात नाही गं मला!" मुलगी नरमाईनं म्हणाली.

"नीट वेळापत्रक आखलंस तर वेळ मिळेल तुला!" आईनं पुन्हा सुनावलं.

"मी मनानं कितीही ठरवलं, तरी मला हात तर दोनच आहेत मम्मा!" त्या मुलीनं मार्मिक उत्तर दिलं.

खरं आहे! आपल्या शरीराला मर्यादा असतात, पण मनाला काहीही मर्यादा नसतात.

मायकेल ॲन्जेलो अद्वितीय होता. तो अनेक गोष्टींमधे पारंगत होता. तो चित्रकार, शिल्पकार, इंजिनिअर, संगीतकार आणि काय काय होता.

बर्ट्रान्ड रसेल हा शास्त्रज्ञ, विख्यात तत्त्वज्ञही होता. आपले माजी प्रधानमंत्री अटलबिहारी वाजपेयी हे मुरलेले राजकारणी आहेत, तसेच मृदुहृदयी कवीही आहेत.

हे शक्य झालं कारण ह्या लोकांनी त्यांच्या जिज्ञासेच्या मर्यादा वाढवल्या आणि अनेक क्षेत्रांमधे मनापासून लक्ष घातलं.

आपल्यातल्या बहुतेकजणांचं असं होतं, की आपण आपल्या खऱ्या कुवतीचा अंदाजच घेत नाही. तसे करण्यासाठी विचारशक्तीचा उपयोग करावा लागतो.

तुम्ही जे करू शकाल त्याच्या मर्यादा वाढवण्यासाठी,
तुमची खरी कुवत ओळखण्यासाठी–
मनातल्या मनात उलट वळून बघा– अंतर्मुख व्हा.

उलट वळून बघणं म्हणजे
आपल्या बुद्धीचा अंदाज घेणं, मनाशी विचार करणं.
उलट वळून बघणं म्हणजे
तुमचं मन काय सांगतंय ते ऐकणं, मनाचं संगीत ऐकणं.
उलट वळून बघणं म्हणजे
तुमच्या मनातला तुमचा खरा मित्र शोधून काढणं.

विचार करून ठरवा–
तुम्हाला **खरा आनंद** कशानं होतो?
तुम्हाला **खरं वाईट** कशानं वाटतं?
तुम्हाला **खरा राग** कशानं येतो?

मित्रांनो, 'खरा' हा शब्द महत्त्वाचा आहे.
आनंद होणं आणि आनंदी दिसणं ह्या दोन वेगळ्या गोष्टी आहेत.
भोवताली सगळे आनंदी असतात आणि आपण आनंदी असणं अपेक्षित असतं, तेव्हा आपणही साधारणपणे आनंदी दिसतो.

निकाल चांगला लागला म्हणजे विद्यार्थ्याला आनंद व्हावा अशी अपेक्षा असते. त्याला खरा आनंद दुसऱ्याच कुठल्या गोष्टीनं होत असेल.

लहान मूल त्रागा करतं तेव्हा आई चिडते आणि त्याला थप्पड मारते. मुलाला वाटतं आई खूप रागावलीय्. पण वास्तविक ती खरी रागावलेली नसते. ती असहाय्यपणामुळं एकाएकी झालेली प्रतिक्रिया असते किंवा नुसतीच मुलाला घाबरवायची युक्ती असते. आईला खरा राग येतो मूल आईशी खोटं बोलतं तेव्हा.

कोणी नातेवाईक निधन पावला, तर आपल्याला दुःख व्हावं हे अपेक्षित असतं. माझी आत्या गेली तेव्हा मला थोडं रडू आलं, पण मला खूप दुःखं झालं नाही, कारण माझा तिच्यावर खूप जीव नव्हता. माझी आणि तिची खूप ओळखही नव्हती.

मी रात्री माझ्या खोलीत स्वतःशीच बोलत बसते, तेव्हा मी खरी आनंदात असते. मला दिवसभराचा आढावा घेऊन दिवसाच्या कामाचं विश्लेषण करायला वेळ मिळतो. मला पुस्तकं गोळा करायचं विलक्षण वेड आहे. माझी पुस्तकं परत करायचं वचन देऊन ती कोणी आणलीच नाहीत तर मला खूप राग येतो.

माझ्या मुलीला सर्दी होते आणि तिला झोप लागत नाही तेव्हा मला खरं वाईट वाटतं.

म्हणून, मनात उलट वळून बघा– अंतर्मुख व्हा.

हे उलट वळणं म्हणजे आपल्या मनानं कशाचा विचार करावा असं आपल्याला वाटतं, ते शोधून काढणं, नव्या कल्पना करणं. असं करण्यानं योग्य मार्ग शोधायला नक्कीच मदत होईल.

जर नीट विचार करून केलं, तर सर्वच काम सर्जनात्मक असतं आणि इतरांनी शिकवलेलं काम शून्य मनानं, यंत्रवत् करत राहिलं, तर कुठलंच काम सर्जनात्मक नसतं.

आपलं शरीर हे एक यंत्र आहे, आणि आपलं मन त्याला चालवतं. आपल्याला जे साध्य करायचं आहे, ते आपल्या

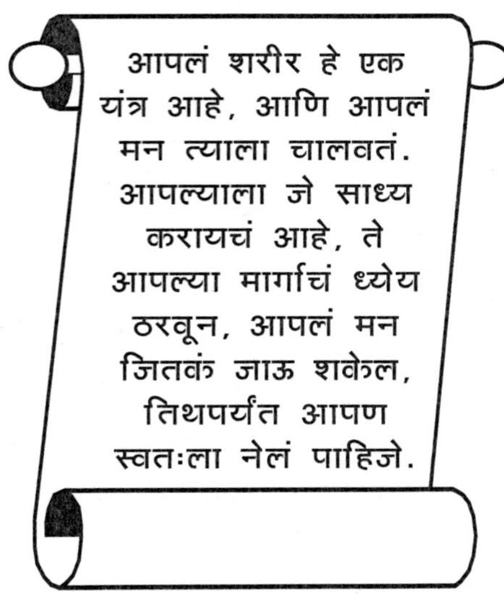

मार्गाचं ध्येय ठरवून, आपलं मन जितकं जाऊ शकेल, तिथपर्यंत आपण स्वत:ला नेलं पाहिजे.

कल्पना करा की, ए. आर. रेहमान सिव्हिल इंजिनिअर म्हणून काम करत राहिले.

कल्पना करा की, शेखर कपूर सी.ए. म्हणून प्रॅक्टिस करत राहिले.

कल्पना करा की, अब्राहम लिंकन रोजीवर काम करणारे मजूरच राहिले.

कल्पना करा की बिल गेटस् शाळा अर्ध्यातच सोडून रोजीवर काम करत राहिले.

कल्पना करा की गुलजार एक ट्रक ड्रायव्हरच राहिले.

ह्या सर्वांनी त्यांच्या त्यांच्या मनात उलट वळून बघून, नव्या वाटेनं जाण्याचा निर्णय घेतला नसता, तर ते आज जे आहेत, ते झाले नसते.

एम.बी.ए. केल्यानंतर मी माझ्या मनात उलट वळून बघितलं आणि ठरवलं की मला लोकांशी मैत्री करून त्यातून माझी करिअर करायची होती. माझ्या आयुष्यापासूनच्या अपेक्षा परत तपासून बघायला असं करण्यानं मला मदत झाली.

आयुष्य सगळेच घालवतात, पण जो मनुष्य विचार करतो, तो आयुष्य जगतो आणि जो मनुष्य त्याचे विचार सर्जनात्मक रीतीनं अंमलात आणतो, तो राजासारखं जगतो.

आमचा दूधवाला सकाळी नऊ वाजता दूध घेऊन यायचा. कॉलनीतले सगळेजण त्याला जरा लवकर यायला सांगायचे. एका माणसाला हे समजलं आणि तो पहाटे पाच वाजता येऊन दूध विकू लागला. तो त्याच्या बरण्या घेऊन कॉलनीच्या मध्यावर बसायचा. लोकांची गरज दूध लवकर हवं ही होती, ती त्यानं ओळखली आणि पूर्ण केली. कॉलनीतल्या एका दुकानदारानं जरा आणखी विचार केला आणि लगेच तो अंमलातही आणला. लोकांना दूध आणयला पहाटे येण्याची सवय झाल्याबरोबर त्यानं काही गाई विकत घेतल्या आणि तो गिऱ्हाईकांसमोर दूध काढून देऊ लागला. गेल्या सहा महिन्यात त्याच्या धंद्याचा उत्तम जम बसला आहे!

हे सर्जनात्मक काम नाही का?

शहनाझ हुसेनला विचारा, सबीर भाटियांना विचारा, दीपक चोप्रांना विचारा, ओप्रा विन्फ्रेना विचारा–

कशामुळं ते यशस्वी झाले?

त्यांच्या सर्जनात्मक विचार करण्यामुळे.

जया तिचा आत्मविश्वास वाढवण्यासाठी आणि तिचं वक्तृत्व कौशल्य सुधारण्यासाठी आमच्या संस्थेत दाखल झाली. खरं म्हणजे तिचे वडील तिला घेऊन आले होते. ती ग्रॅज्युएट होती आणि एका मॅनेजमेंट इन्स्टिट्यूटमध्ये तिला इंटरव्ह्यूचा कॉल आला होता.

ती ज्या कोर्समधे नाव घालणार होती, त्याबद्दल तिच्या वडिलांनी चौकशी केली, ती मात्र काही रुची न दाखवता बसून होती.

''मला मधे पाच दिवस सुट्टी घ्यावी लागेल.'' ती मोठ्यानं ओरडल्यासारखी म्हणाली.

मी बोलायची थांबून तिच्याकडे बघू लागले.

''का?'' मी विचारलं.

''माझी पी.एम.टी.ची परीक्षा आहे.'' तिनं कुर्ऱ्यात सांगितलं.

''काय?'' मला धक्काच बसला.

''मी प्री मेडिकल टेस्टला बसते आहे.'' तिनं सहज बोलल्यासारखं सांगितलं.

''पण ती तर ग्रॅज्युएट होण्यापूर्वी घेतली जाते आणि तू तर ग्रॅज्युएट आहेस ना?'' मी म्हटलं.

''मी सदैव सकारात्मक विचार करते. हा माझा पाचवा प्रयत्न आहे!'' तिनं स्पष्टीकरण दिलं.

आता ती मॅनेजमेंट डिग्री करते आहे. तिच्या उथळ सकारात्मकतेनं तिला डॉक्टर होता आलं नाही, असं दिसतं!

सकारात्मक वृत्ती असणं म्हणजे आंधळ्या आशा बाळगणं का? सकारात्मक असण्याला जर पक्का पाया नसेल, तर सकारात्मकता कुठे राहाते? ह्याला बुद्धीचा पूर्ण उपयोग करणं म्हणतात.

सकारात्मक वृत्ती ठेवण्यापूर्वी बुद्धीचा पूर्ण उपयोग करून विचार करावा.

मी इटॅलियन इमिग्रन्ट आई-वडिलांचा मुलगा म्हणून आयुष्याची सुरुवात केली, आणि काम करत करत फोर्ड मोटर कंपनीचा प्रेसिडेंट ह्या पदाला पोचलो. तिथपर्यंत पोचलो, तेव्हा मला आपण अत्युच्च पद मिळवलं असं वाटत होतो. पण मग नशीब मला म्हणालं, "थांब! अजून संपलं नाही! आता तुला हे कळायचं आहे, की माऊंट एव्हरेस्टवरून खाली ढकलून दिल्यावर कसं वाटतं." ली आयकोकांनी त्यांच्या आत्मचरित्रात लिहिलं आहे.

चिकाटी आणि बुद्धीचा पूर्ण उपयोग करण्याची क्षमता ह्यांच्या जोरावर ते अमेरिकेतल्या दोन प्रचंड मोठ्या मोटार कंपन्यांचे प्रमुख झाले.

अमेरिकेतल्या फोर्ड, जनरल मोटर्स आणि क्रॅसलर ह्या तीन सर्वांत मोठ्या कंपन्यांपैकी दोन कंपन्यांच्या प्रमुखपदी त्यांनी काम केलं.

फोर्ड कंपनीचे प्रमुख म्हणून १९४६ ते १९७८ पर्यंत त्यांनी काम केलं. १९५६ मध्ये फोर्ड कंपनीनं असं ठरवलं, की गाडीची कार्यक्षमता आणि एंजिनची शक्ती ह्यांपेक्षा सुरक्षिततेवर जास्त भर द्यायचा. सुरक्षितता कार्यक्रम सपशेल फसला, विक्री खाली गेली आणि आयकोका ज्या फिलाडेल्फिया ह्या प्रादेशिक विभागाचं काम बघत होते, तेथील विक्री सर्वात कमी झाली.

त्यावेळी आयकोकांनी एक अतिशय सुंदर योजना काढली. त्यांनी ठरवले, की जो कोणी १९५६ ची नवी फोर्ड गाडी विकत घेईल, त्याला ती फक्त वीस टक्के किंमत देऊन घेता येईल, आणि त्यानंतर तीन वर्षे, महिना ५६ डॉलर्स ह्याप्रमाणे उरलेले पैसे देता येतील. त्यांच्या कल्पनेला त्यांनी '५६ साठी ५६' असं नाव दिलं, आणि योजना कमालीची यशस्वी झाली! त्यांच्या प्रादेशिक विभागाचा नंबर शेवटचा होता, तो तीन महिन्यांच्या आत पहिला झाला!

त्यांच्या योजनेचं इतकं कौतुक झालं की त्यांच्या कंपनीची ती संपूर्ण राष्ट्रासाठीची योजना झाली. त्यांच्या ह्या कल्पनेमुळं ७५,००० जास्त गाड्या विकल्या गेल्या.

सकारात्मक विचार
+
बुद्धीचा पूर्ण उपयोग

= यश

बुद्धीचा पूर्ण उपयोग करण्याची क्षमता असण्यासाठी आत्मविश्वास आणि कल्पकता ह्यांची जरूर असते.

१. आत्मविश्वास :- आत्मविश्वास असणं म्हणजे आमच्या मते ठाम खात्री असणं. एखाद्या गोष्टीबद्दल, कसं, केव्हा, कुठे ते ठाऊक नसताना ठाम खात्री असणं म्हणजे आत्मविश्वास.

रिलायन्सचे अध्वर्यू स्व. धीरूभाई अंबानी ह्यांनी एका मुलाखतीत सांगितलं होतं, की ते एका पेट्रोल पंपावर काम करत होते, तेव्हा आपल्या मालकीचा पेट्रोल पंप असावा, असं स्वप्न त्यांनी कधी बघितलं नव्हतं. त्यांना सदैव विश्वास होता, की एक दिवस ते ऑईल रिफाइनरीचे मालक असतील. कल्पना करा; एका मजुराला, आपण रिफाइनरीचे मालक होऊ असा विश्वास असणं, कसे, केव्हा, कुठे ह्या प्रश्नांची उत्तरं त्यांना माहीत नव्हती.

पण
त्यांना, ठाम विश्वास होता
त्यांना, ठाम विश्वास होता
त्यांना, ठाम विश्वास होता.
स्वत:चा मार्ग स्वत: शोधायला तुमच्या बुद्धीचा पूर्ण उपयोग करा.

मला नेहमीच बोलायला खूप आवडायचं. माझे मित्र-मैत्रिणी अडचणीत असले, की त्यांना धीर द्यायला मला खूप आवडायचं. त्यांना माझ्या सूचनांची गरज आहे असं वाटलं, तर त्या द्यायला मी नेहमी उत्सुक असे. कॉलेजमध्ये असताना कितीतरी हुंदके देणारे चेहरे माझ्या खांद्यांवर विसावले होते.

भोवतालच्या लोकांचा उत्साह वाढवण्याचं काम मला खूप छान करता येत असे. मी नेहमी उत्साहवर्धक बोलत असे.

"हेच करायचंय् मला आयुष्यभर" माझं मन मला सांगायचं. दिवस जात गेले तसतसा तो माझा ठाम विश्वास झाला.

मी हे कसं करेन, केव्हा करू शकेन आणि कुठे, ते मला ठाऊक नव्हतं. पण

मला हेच करायचं आहे, माझा आनंद ह्यातच आहे, ह्याबद्दल मला खात्री होती.

माझ्या कल्पनांबद्दल माझ्या एम.बी.ए.च्या वर्गातल्या मुला-मुलींशी मी बोलत असे, तेव्हा त्यांच्या प्रतिक्रिया संमिश्र असायच्या. काहीजणांना खूप आनंद झाला कारण मी मूर्ख ठरण्याची ते उत्सुकतेनं वाट बघत होते.

काहीजणांना खूप काळजी वाटत होती, कारण माझ्यामधे कुवत आहे असं त्यांना वाटत होतं आणि अशा वेड्यासारख्या धाडसांवर मी ती वाया घालवू नये असंही त्यांना वाटत होतं. मला ठाम विश्वास होता की ह्या सगळ्यांचं चूक होतं, असं मी सिद्ध करून दाखवेन.

वर्षं जात गेली, तसं माझ्या विश्वासानं मला बळ दिलं आणि माझी बुद्धी मार्ग शोधू लागली. माझी कल्पना मी शैलेशला सांगितली तेव्हा तोही कोड्यात पडला. गंभीर चेहरा करून तो 'बघूया' म्हणाला (वास्तविक माझ्या मूर्ख कल्पनेचं त्याला हसू आलं होतं असं तो नंतर म्हणाला).

मी चिकाटी सोडली नाही आणि 'वैयक्तिक उन्नतीसाठी रोजचा कार्यक्रम' ह्या विषयासाठी अभ्यासक्रम तयार करायला सुरुवात केली.

मी तो अभ्यासक्रम शैलेशला दाखवला तेव्हा त्याला जरा रुची वाटली, आणि माझ्या संस्थेसाठी समर्पक नाव शोधून काढायला त्यानं मदत केली. आणि अशा रीतीनं, एका रात्री चर्चा, विचार, नाकारणं, स्वीकारणं, बऱ्याच नावांचा विचार करणं असं करत असता SWASH चा जन्म झाला.

SWASH (Skills, Wit, Attitude are Shaped Here) हे आमच्या बुद्धीतून जन्मलेलं पहिलं अपत्य होतं, आणि ते आम्हा दोघांनाही अत्यंत प्रिय आहे (अर्थात् आमची मुलगी स्वरा सोडून!).

माझ्या आत्मविश्वासातून मी माझ्या बुद्धीचा पूर्ण उपयोग केला आणि त्याची परिणती ***SWASH ही आमची संस्था यशस्वी होण्यात झाली.***

२. कल्पकता :- मी माझ्या स्वत:बरोबर IPT केली आहे. IPT म्हणजे म्हणजे Idea Proliferation Treaty म्हणजे कल्पनावैपुल्याचा संधी.

तुम्ही स्वत:बरोबर **कल्पनावैपुल्याचा** संधी करा.

आपला आत्मविश्वास आपल्याला ध्येय देतो. अनेक कल्पना असल्या की एक रंगीबेरंगी मार्ग तयार होतो, आणि बुद्धीचा सातत्यानं उपयोग करत राहिलं, की आपले प्रयोग यशस्वी होतात; पूर्णत्वाला जातात.

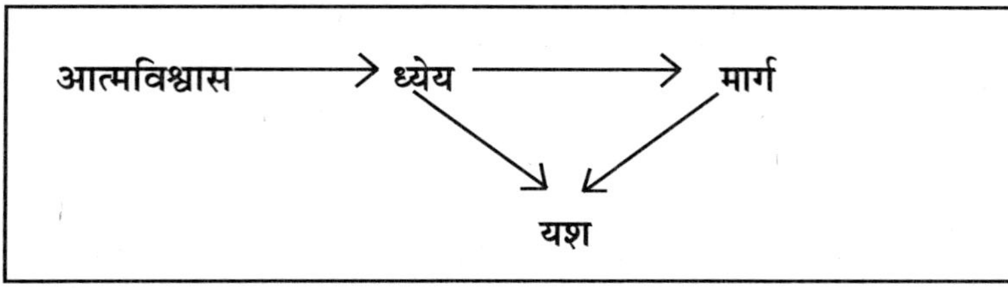

१७३ कादंबऱ्या, २२ नाटकं, शेकडो कथा आणि दीर्घकथा, असंख्य लेख– म्हणाल त्या विषयावर– हे होते एडगर वॉलेस.

एकदा एका समीक्षकानं त्यांना विचारलं, "थरारकथा लिहिणाऱ्या लेखकानं आयुष्यात उपयोगी असं काय काम केलं म्हणता येईल?"

"अरे पोरा!" ते म्हणाले, "जगातील इतर कोणत्याही पुरुषापेक्षा जास्त बायकांना मी रात्री जागत ठेवलं आहे!"

त्यांच्या आयुष्याचं ध्येय यशस्वी कादंबरीकार आणि नाटककार होणं हे होतं. म्हणून अखंड लिहित राहाण्याचा मार्ग त्यांनी निवडला. त्यांची 'The Devil Man' ही कादंबरी लिहायला त्यांनी एका शुक्रवारी सायंकाळी सुरुवात केली आणि सोमवारी सकाळी ती लिहून संपवली! त्यांची योजना रोज कमीत कमी दहा हजार शब्द लिहिण्याची असायची आणि रविवारी सुट्टीच्या दिवशी बारा हजार शब्द!

कायम आशावादी असलेल्या ह्या माणसानं त्याचा मार्ग इतका उत्तम चोखाळला की एखादी हप्त्यांनी प्रसिद्ध होत असेलली कथा लिहिताना त्यांनी ठरवलेली तारीख कधीही चुकू दिली नाही. त्यांच्या ह्या उत्कृष्ट वक्तशीरपणामुळे त्यांचं लेखन वाचण्याची लोकांना सवयच लागली. कित्येक लोकांची तर त्यांची प्रत्येक कथा वाचणं ही एक गरजच होऊन बसली.

आपलं **ध्येय** आणि **मार्ग** ह्यांना **उत्कृष्ट दर्जाचं करण्याचा** आपण विचार केला पाहिजे,

कारण जे लोक स्वत: विचार करत नाहीत, ते इतरांच्या मागे जातात.

जे लोक स्वत: विचार करतात, ते नेतृत्व करतात.

आपण गेली पन्नास वर्ष 'गरिबी हटाव' हे ऐकत आहोत. पण कधी नव्हे इतकी गरिबी आज दिसते आहे. तुम्ही कधी ह्याचं कारण शोधायचा प्रयत्न केला आहे?

जे लोक स्वतः
विचार करत नाहीत,
ते इतरांच्या मागे
जातात.
जे लोक स्वतः
विचार करतात,
ते नेतृत्व करतात.

फार सोपं आहे ते– आपले निर्णय घेणारे, धोरण ठरवणारे जे आहेत, ते गरजवंतांना पाठिंबा देतात, काही मिळवून दाखवण्याचा प्रयत्न करणाऱ्यांना पाठिंबा देत नाहीत. ते नेहमी आर्थिक मदत, आरक्षण ह्यांना पाठिंबा देतात कारण लोकांना ते हवं असतं.

ते कधी असा विचार करत नाहीत की केवळ गरजू आहे म्हणून माणूस लायक ठरत नाही. जरूर ते प्रयत्न न करता गरजा पूर्ण होत जाणं हे गरिबी वाढवण्याचं कारण आहे.

लोकांना स्वत: विचार करायला शिकवलं असतं, लोकांना त्यांचा त्यांचा IPT कल्पनाबाहुल्याचा संधी करायला सांगितलं असतं, तर लोकांनी आपलं आयुष्य स्वत: नीट घडवलं असतं.

त्यांना लोकांनी विचार करायला नको आहे, कल्पना मांडायला नको आहे, त्यांनी सर्जन करायला नको आहे.

ज्या दिवशी तसं होईल, त्या दिवशी आपले तथाकथित आदर्श पुढारी सर्वप्रथम आपला निरोप घेतील!

आपले निर्णय
घेणारे, धोरण
ठरवणारे जे आहेत,
ते गरजवंतांना
पाठिंबा देतात, काही
मिळवून दाखवण्याचा
प्रयत्न करणाऱ्यांना
पाठिंबा देत नाहीत.

परंतु प्रगल्भ कल्पनांचा मजबूत जिना लोकांना न देता, आपले सरकार, आपली लोकशाही, आरक्षण आणि आर्थिक मदतीच्या कुबड्या तयार करण्यात गर्क आहे!

■

पुढे वाचण्यापूर्वी–

अंतर्मुख होऊन आपल्या मनात वळून बघा आणि स्वत:शी कल्पनाबाहुल्याचा संधी करा.

तुमची बुद्धी वापरा आणि खालील तीन प्रश्नांची उत्तरे द्या :-

१. मी कोठे आहे?

. . . .

. . . .

. . . .

. . . .

२. मला कोठे जायचे आहे?

. . . .

. . . .

. . . .

. . . .

३. तेथे मी कसा जाऊ शकेन?

. . . .

. . . .

. . . .

. . . .

सुरुवात

प्रिय वाचक,

तुम्ही स्वत:शी केलेल्या एका प्रदीर्घ चिंतनाच्या शेवटाला तुम्ही आला आहात. तुमच्या कमकुवत बाजू कोणत्या आहेत आणि त्याच तुमच्या मजबूत बाजू कशा करता येतील, हे एव्हाना तुमच्या लक्षात आले असेल.

पण नुसती आपली कमकुवत बाजू सुधारून भागत नाही. आपल्याला मधुमेह, रक्तदाब किंवा हृदयविकार नाही म्हणजे आपण निरोगी आहोत असा अर्थ होत नाही. निरोगी असण्यासाठी आणखीही काही असावं लागतं. आपल्याला निरोगी सवयी लावून घ्याव्या लागतात; मन निरोगी ठेवावं लागतं, नियमित साधा व्यायाम करावा लागतो. त्याचप्रमाणे आपण आपली मजबूत बाजू आणखी मजबूत केली पाहिजे. आणि ज्या आपल्या बाजू मजबूत असून आपल्यालाच ठाऊक नाहीत, त्या ठाऊक करून घेतल्या पाहिजेत.

ह्या शेवटच्या प्रकरणात अशा गुणांविषयी सांगितलं जाईल, जे व्यक्तीला सामान्य लोकांमधे उठून दिसणारं वेगळेपण देतात.

सुरुवातीच्या म्हणजे दुसऱ्या, तिसऱ्या आणि चौथ्या प्रकरणांनी तुम्हाला तुमच्या आयुष्याचं नुकसान कसं करू नये, ते सांगितलं.

नंतरच्या म्हणजे पाचव्या, सहाव्या आणि सातव्या प्रकरणांनी तुम्हाला आयुष्यात काहीतरी करून दाखवण्यासाठी उत्तेजन दिलं.

शेवटचं प्रकरण आयुष्याचा शक्य तितका, जास्तीत जास्त उत्तम उपयोग कसा करता येईल, ते समजावून सांगेल.

हे समजून घेणं आनंदाचं होवो.

यशाच्या दारात

वेगवेगळी माणसं वेगवेगळ्या गोष्टींमधे यशस्वी होतात. ती वेगवेगळ्या गुणांमुळे यशस्वी होतात. यशाचं प्रमाण कमी जास्त असतं. पण एक गोष्ट समान असते– काहीतरी मिळवल्याची भावना, एक मूठ मिटून जोषानं वर उंचावलेला हात, हे सांगणारा, की ''जिंकलो! मी जिंकलो!''

तुम्हाला झाडांविषयी माहिती आहे. काहींना फळं येतात, काही सुंदर फुलांनी शोभून दिसतात, काहींना खूप मोठाली पानं असतात. बाहेरून दिसायला सगळी वेगळी असतात, पण सगळ्यांमध्ये एक समानता असते– प्रत्येक झाडाला मूळ असतं. आपण यशस्वी लोकांच्या मुळांबद्दल विचार किरणार आहोत. ज्या मुळांमुळं वेगवेगळ्या तऱ्हेची झाडं जन्माला येतात, त्यांबद्दल आपण बोलणार आहोत.

यशस्वी लोकांचं हे मूळ म्हणजे त्यांच्या अंगचे ते मूलभूत गुण, जे त्यांचे आयुष्य जगण्याचे नियम असतात. हे गुण, हाच तो सूक्ष्म फरक असतो, जो यश आणि अपयश ह्यांना कारण होतो. जे आयुष्यात काही मिळवून दाखवतात, त्या सर्वांमध्ये हे गुण समान असतात. आपल्या स्वत:मधे बदल घडवून आणण्यासाठी ह्या गुणांचा विचार करूया.

तीव्र आकांक्षा

गेल्या वर्षी एका कार्यशाळेसाठी मी कलकत्त्याला गेले. एकाएकी माझा दात इतका दुखू लागला की डेंटिस्टची अपॉईंटमेंट घ्यावी लागली.

मी डेंटिस्टच्या दवाखान्यात शिरले तेव्हा पन्नाशीतल्या एका बाईंनी माझं स्वागत केलं. मी कण्हत होते, त्यांनी ताबडतोब माझ्या दातावर काम सुरू केलं.

''तुम्ही 'The Road Less Travelled' वाचलंय् का हो M. Scott Peck चं? फारच छान आहे बरं का. आपले डोळे उघडतील असं आहे. तुम्ही आशापूर्णादेवींची पुस्तकं सुद्धा वाचा. फार परिणामकारक लिहितात त्या. त्यांच्या कल्पना त्या फार

छान मांडतात.''

आपल्याशीच बोलत असतील तशा डेंटिस्टबाई बोलत होत्या.

''तुम्ही राजस्थानहून आला आहात असं तुम्ही अपॉईंटमेंट घेतलीत तेव्हा समजलं. तुमच्याकडे किशनगढचं एखादं पेंटिग आहे? माझ्याकडे एक आहे. अतिशय सुंदर केलेलं आहे. मला कधीतरी तसं पेंटिग करायला शिकायचंय्.'' माझ्या दातावर इंजेक्शन देणं, कापणं, साफ करणं वगैरे काम करत असताना त्या बोलत होत्या. ''मला इथं फार आवडतं बरं का! गेली तीस वर्षं इथं आहे मी. तुम्ही इथं हिंडून स्वत: अनुभव घ्या. आपल्याला एखाद्या जागेची माहिती हवी असेल ना, तर त्या भागातल्या सर्वांत जुन्या लायब्ररीत जावं.'' त्यांच्या गप्पा चालू होत्या.

''आत बरं वाटतंय्?'' त्यांच्या एप्रनच्या दोऱ्या सैल करून हात धुता धुता त्यांनी विचारलं. ''बरं होईल आता लवकरच. मी फक्त एक औषध लिहून देते. आणि दुसऱ्या काहीतरी छान गोष्टींचा विचार करा. लक्ष दुसरीकडे जाईल म्हणजे. बाकी जे करायला हवं होतं ते मी केलं आहे.'' त्या म्हणाल्या.

इतका सगळा वेळ त्या माझ्या दातावर काम करत असल्यानं मला गप्पच बसावं लागलं होतं! आता मी बोलू शकले– ''थँक यू डॉक्टर! दुखायचं कमी झालंय्सं वाटतंय् आता.''

डेंटिस्टच्या लांबलचक खुर्चीतून उठता उठता मला काचेची दारं असलेलं एक मोठं कपाट दिसलं आणि मग त्याच्यामागे ओळीनं तशीच आणखी बरीच कपाटं.

मी थक्कच झाले. ''डेन्टिस्ट्रीवर इतकी पुस्तकं?''

''छे, छे! नाही! वाङ्मयीन आहेत, खेळांवरची आहेत आणि इतर अनेक कलांवरची आहेत.''

''तुम्हाला पुस्तकं खूप आवडतात?'' मी विचारलं.

''हो. ही छोटी लायब्ररी आहे मी चालवलेली.'' त्या म्हणाल्या.

''म्हणजे तुम्ही डेन्टिस्ट आहात आणि एका लायब्ररीच्या मालक आहात.''

''मी अर्धा वेळ डेंटिस्ट आहे, पाव वेळ लायब्रेरियन आहे आणि पाव वेळ पेंटर आहे!''

''इतकं सगळं कसं करू शकता तुम्ही?'' मी गांगरून जाऊन विचारलं.

''कुठल्या आल्यायृत इतक्या सगळ्या गोष्टी! मला लेखिका व्हायचं होतं, पण मी लिहिलेलं कोणीच छापलं नाही. मला गायिका व्हायचं होतं, पण त्याची तर मी सुरुवातही करू शकले नाही! पॅराग्लायडिंगसाठी अर्ज केला, पण माझे डोळे अधू असल्याचं त्यांनी सांगितलं. म्हणून मी फक्त डेंटिस्ट, लायब्रेरियन आणि पेंटर आहे!''

"इतक्या सगळ्या गोष्टींमध्ये कशी रुची घेऊ शकता तुम्ही?" मी थक्क होऊन विचारलं.

"अहो मग काय तर? एकच तर आयुष्य असतं काही मिळवायचा प्रयत्न करायला!" त्यांनी चट्दिशी उत्तर दिलं!

होय! खरं होतं त्यांचं म्हणणं. आपण जितक्या जास्त गोष्टी शिकायची इच्छा धरू, तितके आपण प्रयत्न जास्त करू आणि आपल्याला जास्त शिकत राहाता येईल. आपल्याला अपयशही जास्त वेळा मिळेल, पण तरी गोळाबेरीज जास्त आणि जास्त चांगल्या गोष्टींची होईलच.

लक्षात ठेवा
तुम्ही खूप उंच उंच उडायचं ठरवलंत,
तर तुम्ही थोडं उंच तरी नक्कीच पोचाल.
पण तुम्ही अगदी थोडंसंच उडायचं ठरवलंत,
तर तुम्ही तुमच्या घराच्या छपरावरच राहाल.

महत्त्वाकांक्षा असणं ही यशाची पहिली पायरी आहे. महत्त्वाकांक्षा असणं म्हणजे आपल्या ध्येयाकडे जाणारे टप्पे एकामागून एक नक्की करणं.

अखंड चिकाटी

अखंड चिकाटीचा फायदा नेहमी होतोच.
काहीही झालं तरी घाम गाळत राहा.

त्याच्या जन्माच्या आधी तीन महिने, त्याचे वडील मोटारच्या अपघातात मृत्यू पावले होते. राजकीय कार्यकर्ते असलेल्या त्याच्या काकांची हँडबिलं वाटायला त्याला फार आवडायचं. तो हायस्कूलमध्ये असताना व्हाईट

हाऊसमध्ये गेला आणि प्रेसिडेंट केनेडीशी त्यानं हस्तांदोलन केलं! जॉर्ज टाउन युनिव्हर्सिटीत त्याच्या वर्गाच्या प्रेसिडेंटच्या निवडणुकीसाठी तो उभा राहिला. तो जिंकला.

१९७४ मध्ये तो कॉँग्रेससाठी उभा राहिला. तो हरला.

१९७८ मध्ये तो अर्कान्सासचा गव्हर्नर म्हणून निवडून आला. त्याला ६०% पेक्षा जास्त मतं मिळाली.

काही चुकीचे निर्णय घेतल्यामुळं आणि वागण्याच्या उद्दाम पद्धतीमुळं तो पुढची निवडणूक हरला.

तो त्याच्या चुकांपासून शिकला.

१९८२ मध्ये तो पुन्हा निवडून आला.

त्यानंतर तीन वेळा तो पुन्हा पुन्हा निवडून आला.

अखेर ३ ऑक्टोबर १९९१ ला, ज्यासाठी तो जाणता झाल्यापासून तयारी करत होता, तो क्षण आला. त्यानं जाहीर केलं, की तो प्रेसिडेंट पदाच्या निवडणुकीसाठी उभा राहाणार होता. तो जिंकला.

तो होता बिल क्लिंटन.

त्याची महत्वाकांक्षा आंधळी नव्हती. ते त्याचं आयुष्यभराचं ध्येय होतं. प्रत्येक यशस्वी किंवा अयशस्वी प्रसंगानंतर आणखी मेहनत करणं होतं.

१९८० मध्ये फेरनिवडणूक हरल्यानंतर तो म्हणाला होता, ''ज्यावेळी मी पराभवाचा स्वीकार करत होतो, तेव्हाच काम करत राहून परत निवडून येण्यासाठी काय केलं पाहिजे, ह्याबद्दलच्या विचारांचं चक्र माझ्या डोक्यात चालू झालं होतं!''

मेहनत करा, पण आंधळी मेहनत नको, योजनाबद्ध मेहनत करा. टप्प्या टप्प्यानं मेहनत करा. एका टप्प्यावर पोचलात की दुसऱ्या टप्प्यासाठी मेहनत करायला लागा.

मेहनत करूनही कदाचित तुम्ही
अयशस्वी व्हाल.
मेहनत न करता तुम्ही नक्कीच
अयशस्वी व्हाल.
निवड तुमची आहे.

तीव्र इच्छा

तुमच्या मनाचा पाठिंबा नसेल, तर तुमची बुद्धी विशेष काही मिळवू शकणार नाही. ज्या चालना, आस, इच्छा, बुद्धीला कामाला लावतात, त्यांना मन जन्म देतं. जितकी तीव्र इच्छा, तितके परिणाम चांगले.

तुमच्या मनाचा पाठिंबा नसेल, तर तुमची बुद्धी विशेष काही मिळवू शकणार नाही.

पण थांबा.

अत्यंत आस, ही तीव्र इच्छा आहे, वेड नाही.

ती लहरी इच्छा किंवा वेड्यासारखी आस नसते.

"तो अद्वितीय आहे, तो काहीसा पर्शियातून, काहीसा हिंदू भारतातून, काही मुसलमान धर्मातून आणि काही– सांगता येत नाही अशा तऱ्हेनं– हृदयातून निर्माण झाला आहे–" सुप्रसिद्ध कादंबरीकार पर्ल बकनं ताजमहालाबद्दल असं लिहिलं आहे.

१५९३ मध्ये जन्मलेली अर्जुमंद ही अत्यंत सुंदर होती. तिचं लग्न राजपुत्र खुर्रमशी झालं होतं. जो पुढे १६१२ मध्ये शहाजहान झाला आणि तिच्या सासऱ्यांनी तिला मुमताजमहल– राजवाड्यातील प्रमुख व्यक्ती– असा किताब दिला होता.

शहाजहानच्या व्यक्तिमत्त्वातला सर्वात विलोभनीय गुण, त्याचं मुमताजवरचं असीम प्रेम, हा होता.

दुर्दैवानं १६३१ मध्ये बाळाला जन्म देताना मुमताजमहल मृत्यू पावली. ह्या अत्यंत दुःखद प्रसंगानंतर शहाजहाननं सारं काही सोडून दिलं.

१६३२ मध्ये वीस हजार लोक कामाला लावण्यात आले. सर्व भारतातून शिल्पकार, बुखाराहून फुलं कोरणारे, कॉन्स्टॅन्टिनोपलहून घुमट बनवणारे बोलवण्यात आले.

ताजमहाल पूर्ण व्हायला बावीस वर्षं लागली. प्रचंड संख्येनं काम करणाऱ्या लोकांच्या कठोर परिश्रमातून, शहाजहानच्या तीव्र इच्छेमुळं ताजमहलची अजर, अमर इमारत उभी राहिली. यमुनेच्या डाव्या तीरावर काळ्या संगमरवरात ताजमहालाची प्रतिकृती बांधून दोन्ही इमारती एका पुलानं जोडण्याचा त्याचा विचार होता.

परंतु ते स्वप्नच राहिले. शहाजहानबरोबर त्याची उत्कट इच्छाही गेली. त्याचा मुलगा औरंगजेब ह्यानं त्याचं दफन मुमताजमहलच्या शेजारी, ताजमध्येच केलं. काळी इमारत बांधून होऊ शकली नाही.

मनातल्या अदम्य इच्छेचा प्रकाश बाहेर दिसतो आणि हजारो दिवे लागल्यासारखा प्रकाश पडतो.

**उत्कट इच्छेमुळंच धावपटूंचे थकलेले पाय पळू शकतात.
उत्कट इच्छेमुळंच उच्चतम जागी पोचण्यासाठी
तुम्ही कठोर परिश्रम करू शकता.**

आपलं मन आपल्या शरीराला रात्री जागून काम करायला, न थकता तास न् तास काम करायला, बळ देतं.

आठ वर्षांचा असताना त्या छोट्या मुलानं हायस्कूल पूर्ण केल्याचा दर्जा असणारा डिप्लोमा घेतला, कारण त्याला ती कल्पना चांगली वाटली.

बारा वर्षांचा असताना तो त्याच्या कुटुंबीयांबरोबर समुद्राच्या किनाऱ्यावर बसला होता आणि बऱ्याचशा दोरांना बरेचसे गळ बांधून मासे पकडण्याचं नव्या तऱ्हेचं जाळं बनवायचा प्रयत्न करत होता. संध्याकाळपर्यंत घरातल्या इतर सगळ्यांनी मिळून पकडले होते त्यापेक्षा जास्त मासे त्यानं त्या दोरांनी पकडले होते. सतराव्या वर्षी वर्तमानपत्रासाठी वर्गणीदार मिळवण्याची नोकरी तो करत होता. नवीन लग्न झालेली जोडपी ही चांगली गिऱ्हाईकं होतील असं त्याला वाटलं. त्यानं त्याच्या मित्रांना पैसे देऊन ज्यांनी लग्नासाठी अलीकडेच नावं नोंदवली असतील अशांची नावं आणि पत्ते ह्यांची यादी तयार करवून घेतली. त्यातल्या प्रत्येकाला त्यानं वैयक्तिक पत्र पाठवून दोन आठवड्यांची वर्गणी फुकट देऊ केली. त्यानं ह्या कामात १८,००० डॉलर्स मिळवले आणि एक महागडी बी.एम.डब्ल्यू. विकत घेतली.

एकोणिसाव्या वर्षी त्यानं कॉम्प्यूटर्स विकत घेऊन, त्याचं काम जास्त चांगलं व्हावं म्हणून त्यात जास्तीच्या काही सुधारणा करण्यास सुरुवात केली. त्याच्या एखाद्या वर्कशॉपसारख्या दिसणाऱ्या खोलीतून, अशा तऱ्हेनं विशेष सुधारणा केलेले

कॉम्प्यूटर्स तो विकत असे. तो कॉलेजात जात होता, पण अभ्यासात त्याचं लक्ष लागत नव्हतं. त्याची तीव्र इच्छा कॉम्प्यूटर्स विकण्याची होती.

"तुला करायचंय् तरी काय नेमकं?" त्याच्या वडिलांनी वैतागून विचारलं.

"मला आय.बी.एम.शी स्पर्धा करायची आहे." तो सहजपणे उत्तरला.

त्याच्या ह्या उत्कट इच्छेतून ३ मे १९८४ मध्ये डेल कॉम्प्यूटर कार्पोरेशन सुरू झालं. तो तेव्हा एकोणीस वर्षांचा होता.

ह्या मुलाचं नाव होतं मायकेल डेल. तीव्र इच्छाशक्ती आणि कल्पक सृजनशक्ती असणाऱ्या उद्योगपतीचं उत्तम उदारहण.

स्पष्ट कल्पनाशक्ती

रोज सकाळी मी डोळे मिटून घेतो
माझा भविष्यकाळ स्वच्छ बघण्यासाठी
रोज रात्री मी डोळे मिटतो आणि तेव्हा
माझं ध्येय जरासं जवळ आलेलं बघतो.

हे विचित्र वाटतं. हे ऐकायला काहीतरीच वाटतं. मला महत्त्वाचं वाटणारं प्रत्येक काम मी डोळ्यापुढे कल्पनेनं उभं करतो.

मी नऊ वर्षांचा असताना प्रथम स्टेजवर गेलो. सप्टेंबर १९८१ मध्ये मी ज्येष्ठ कवींबरोबर एका कविसंमेलनात भाग घेतला. माझ्या काव्यवाचनाचं कौतुक झालं. कविसंमेलन संपल्यावर माझी स्वाक्षरी घेण्यासाठी बरेचजण आले.

मी मोठा होत गेलो, तसतशी माझी भविष्यकाळ कल्पनेनं डोळ्यांसमोर उभा करण्याची सवय वाढली.

ह्या सर्व वर्षांमधे देवानं मला खूप मदत केली आहे. अनेक ठिकाणी लोकांना स्वाक्षऱ्या देण्याची संधी हजारो वेळा त्यानं मला मिळवून दिली आहे.

ह्यूस्टन, न्यूयॉर्क आणि शिकागोला जेव्हा मी कार्यक्रम केले, तेव्हा लोकांनी कार्यक्रम खूप आवडल्याची जी पावती उभे होऊन टाळ्या वाजवून दिली, ते माझं सर्वात मोठं कल्पना केलेलं स्वप्न खरं होणं होतं.

लोकांचं लक्ष वेधून घ्यायला मला नेहमीच आवडत असे, विशेषत: अनोळखी लोकांचं. मी नेहमी दिवास्वप्न बघत असे, की मला खूप मोठ्या गर्दीनं गराडा घातला

आहे, ते खूप टाळ्या वाजवत आहेत आणि मी स्वाक्षऱ्या देत आहे.

म्हणून ते स्वप्नं खरं करण्यासाठी, मी काम केलं.

– शैलेश

जेव्हा केव्हा एखादी नवी कल्पना तुमच्या मनात येईल, तेव्हा त्याचं अंतिम स्वरूप नेमकं कसं असेल, ह्याची कल्पना करण्याचा प्रयत्न करा, आणि तेथून उलट टप्प्यांनी काम करायला सुरुवात करा.

आम्ही प्रशिक्षण कार्यशाळा चालविण्यासाठी जातो तेव्हा आम्ही आधी त्याचा शेवट– भाग घेणाऱ्यांच्या चेहेऱ्यावरचं समाधान– डोळ्यांसमोर आणतो. मग आम्ही स्वत: विशेष प्रभावी बोलत आहोत अशी कल्पना करतो आणि ते मनात ठेवून त्याप्रमाणे तयारी करतो. देवाच्या दयेनं आम्ही कधीही अयशस्वी झालेलो नाही.

उड्या मारत राहा

वातावरणात सगळीकडे संधी असतातच. त्या पकडण्यासाठी उड्या मारत राहा.

त्याचे आई-वडील त्याला नेहमी सांगायचे, की ईश्वर असतो आणि तो काहीही झालं तरी आपल्याला सांभाळतो. तो स्वत:ही देवानं त्याला मदत करावी म्हणून रोज प्रार्थना करत असे. तो मोठा झाला, तेव्हा त्याच्या लहानशा गावात मोठा पूर आला.

तो त्याच्या घराच्या दारात उभा होता. ''अरे चल! पळ लवकर! गाडी आलीय् लोकांना इथून सुरक्षित जागी हलवायला, तिकडे जाऊया!'' एका मित्रानं ओरडून सांगितलं.

''नाही! मी देवाची वाट बघतोय.'' त्यानं सांगितलं आणि तो वरच्या मजल्यावर गेला.

थोड्याच वेळात पाणी आणखी चढलं.

''अरे चल लवकर, ह्या होडीत ये!'' होडी घेऊन वेगानं जाणारे काहीजण ओरडले.

''नाही! मी देवाची वाट बघतोय.'' त्यानं उत्तर दिलं आणि तो छपरावर पळाला. एक हेलिकॉप्टर आलं आणि त्यातून एकानं ओरडून सांगितलं, ''दोर टाकतोय तो कंबरेला बांध आणि त्याला धरून वर ये.'' त्या माणसानं त्याच्याकडे पाठ फिरवली. अखेर वाढत चाललेल्या पाण्यापासून तो वाचू शकला नाही आणि बुडाला.

तो स्वर्गात पोचला आणि देव त्याला भेटला तेव्हा रागारागानं तो म्हणाला, ''तुम्ही माझा विश्वासघात केलात! मला जरूर होती तेव्हा तुम्ही का आला नाहीत?''

देव शांतपणे म्हणाला, ''मी तुझ्यासाठी गाडी, होडी आणि हेलिकॅप्टर पाठवले पण तू त्यातल्या एकाचीही मदत घेतली नाहीस. मग मी काय करणार?''

संधी गुपचूप चालून येत असतात.
तुमच्या कानांना त्यांच्या पावलांचा
आवाज ओळखायला शिकवा.

मनी आनंद वसू द्या

> **क्षणिक अत्यानंद हा समुद्राच्या लाटांसारखा असतो.**
> **ज्या गतीनं त्या येतात, त्याच गतीनं त्या ओसरतातही.**

आपली मूल्यं आपण जतन केली म्हणजे आपल्या जागृत अवस्थेत आपली जी अवस्था असते, ते सुख.

सुखाबद्दल आपल्या कल्पना चुकीच्या असतात. क्षणिक अत्यानंद आणि सुख ह्यांच्यातला फरक आपण लक्षात घेत नाही.

भारतीय खेळाडूनं षट्कार मारला म्हणजे भारतीय प्रेक्षकांना अत्यानंद होतो. क्षणिक अत्यानंद हा समुद्राच्या लाटांसारखा असतो. ज्या गतीनं त्या येतात, त्याच गतीनं त्या ओसरतातही. असा आनंद बुडबुड्यासारखा फुटून जातो. च्युइंग गमसारखा तो आधी गोड लागतो पण मग त्यानं तोंड कोरडं पडतं.

माझा एक चुलत भाऊ लहानपणापासून कविता लिहायचा. तो खूप अभ्यास करत असे. दहावीला त्याला सगळ्या विषयांमध्ये डिस्टिंक्शन मिळालं. त्यामुळं त्याला सक्तीनं सायन्स स्ट्रीमला जावंच लागलं.

सगळी हुशार मुलं हेच करतात अशा समजुतीनं तो कबूल झाला. त्याच उत्साहात तो फिजिक्स केमिस्ट्री शिकू लागला, पण हळूहळू त्याच्या लक्षात आलं की त्याला त्यात खरी रुची वाटत नव्हती. आपण हुशार समजलं जातो असं वाटण्याचा पहिला उत्साह ओसरल्यावर त्याच्या लक्षात आलं की त्याला खरोखर आवडणारे विषय होते तत्त्वज्ञान आणि मानसशास्त्र.

तो जेव्हा 'The Repubilc' वाचू लागला, तेव्हा त्याला समजून चुकलं, की त्याला हे मनापासून आवडत होतं. त्याला असा एक आनंद जाणवू लागला, जो तो कोणाला समजावून सांगू शकत नसे, पण तो खूप उल्हसित झाला. तो मला म्हणाला, "माझ्या मनाला शांती वाटते आहे आणि मी आता खरोखर आनंदात आहे."

आज तो त्याचे आवडते विषय घेऊन आय.ए.एस.च्या परीक्षेला बसण्याची तयारी करतो आहे. हा जो आनंद आहे, तो सतत उसळत राहाणाऱ्या कारंज्यासारखा असतो. त्यातून काय मिळेल ह्याचा त्या आनंदाशी संबंध नसतो. जन्मभर जिंकण्यासाठी प्रयत्न करणारा अब्राहम लिंकन अशा तऱ्हेनंच सुखी होता. दर वेळी प्रयत्न करताना त्याला आनंद मिळे, कारण प्रत्येक प्रयत्न उत्साहानं केलेला असे.

हा आनंद आयुष्याबद्दलच्या आपल्या प्रेमातून मिळतो. रोज सकाळी, आजचा सबंध दिवस आपल्यापुढं उत्साहानं काम करण्यासाठी आहे, आशेनं भविष्यकाळाकडे बघण्यासाठी आहे, असं वाटून आपल्याला खूप आनंदी वाटतं. रोज सकाळी, पुढील चोवीस तास मला जे करायचं असेल, ते करण्यासाठी मला जो उत्साह वाटतो, त्यानं मला आनंदी वाटतं. हा आनंद कुठल्या विवक्षित प्रसंगानं किंवा मोठं काही करून दाखवल्यानं झालेला तात्पुरता आनंद नसतो. हा आनंद केवळ आपल्या अस्तित्वाचा, आपल्या अस्तित्वाच्या आनंदाचा, आपल्याला जे करायचं असेल त्या आकांक्षांचा, जे हाती असेल, ते स्वीकारण्याचा आणि आपल्या मूल्यांचा विश्वास स्वत:ला देण्याचा असतो.

प्रिय मित्रांनो, हा आनंद आपला चिरंतन साथी असतो– न संपणारा उत्सव. जशी समुद्राच्या तळाशी मोती आणि रत्नं असतातच, पण ती मिळवण्यासाठी विशेष कष्ट

घ्यावे लागतात. आपले क्षणिक आनंद हे समुद्राच्या काठावर येऊन पडणाऱ्या छोट्या शिंपल्यांसारखे असतात.

त्यांच्या आयुष्यात काहीही घडत असलं, तरी काही लोकांच्या चेहेऱ्यांवर मी असा आनंद बघितला आहे.

आपण दुःखी होऊ, अशा काही गोष्टी असतात, तेव्हाही, बऱ्याच गोष्टी आपण आनंदी राहावं अशा असतात.

तुम्ही ते मोती मिळवलेत आणि तुमचं काम सुरू केलंत, तर तुम्ही आनंदी आणि यशस्वी होता. जे दिसू शकतं ते सुख नसतं, जे जाणवू शकतं ते सुख असतं.

कौतुक करता येण्याची कला

आयुष्यात टीका करणं ही सोपी गोष्ट असते, पण खरे यशस्वी लोक त्यांच्या मनाला चांगल्या, सकारात्मक गोष्टी बघायलाच शिकवतात.

कौतुक हे पानांवर पडणाऱ्या दवबिंदूसारखं असतं, किंवा केकवरच्या आयसिंगसारखं किंवा संगीतातल्या 'आलापी' सारखं.

मनापासून कौतुक करण्याची कला जिला येते, अशी व्यक्ती सर्वांना आवडते.

**जर कौतुक करण्यासारखं काही असेल, तर कौतुक करा.
जर कौतुक वाटण्यासारखं काही नसेल, तर गप्प राहा.**

अशा व्यक्तीचं व्यक्तिमत्त्व रसप्रद असतं. लोकांना त्याच्याशी बोलायला आवडतं.

खूपदा आपल्याला एखादी व्यक्ती, एखादी गोष्ट किंवा एखादी घटना आवडते, पण आपण तसं बोलून दाखवत नाही. ते तसं बोलून दाखवणं खूप जरुरीचं आहे, कारण त्यामुळं इतरांना बरं वाटतं आणि तुमचं यश प्रस्थापित होतं.

खरे यशस्वी लोक खोटी स्तुती करत नाहीत; कारण खोटी स्तुती हे कौतुकाचं विकृत स्वरूप आहे, ती काहीतरी हेतूनं केलेली असते. त्या उलट, खरं कौतुक करण्याचं कारण कौतुक वाटणं हेच फक्त असतं.

दुसऱ्याचं दुःख समजून घ्या

सर्कसचा खेळ संपल्यानंतर बसस्टॉपवर लहान मुलांचा एक घोळका वाट बघत उभा होता. प्रत्येक मुलाच्या हातात एक फुगा होता. एका चार वर्षांच्या मुलाच्या हातून त्याच्या लाल फुग्याचा दोरा सुटला आणि फुगा गेल्याच्या दुःखानं त्याचा चेहरा रडवेला झाला. त्याच्या शेजारच्या मुलानं एकदा त्याच्याकडे बघितलं, ताबडतोब आपला हात पुढे केला आणि स्वतःचा फुगा सोडून दिला. काही सेकंदामधेच कितीतरी फुगे आकाशात उडू लागले आणि गालांवर अजून अश्रू चमकत असलेला तो चार वर्षांचा मुलगाही ते दृश्य बघून इतरांबरोबर हसू लागला.

पैसे उसने देणं खूप सोपं असतं पण संवेदनक्षमता दाखवणं खूप अवघड असतं.

खरी यशस्वी व्यक्ती दुसऱ्याचं ऐकून घ्यायला नेहमी वेळ काढते. काहीच न शिकणारे अयशस्वी लोक स्वतःच सहानुभूती शोधत राहातात. कृत्रिमपणे वागणाऱ्या अयशस्वी लोकांना आणि दिखाऊ यशस्वी लोकांना दुसऱ्यांचं ऐकून घ्यायला वेळच नसतो. खरे यशस्वी लोक शाब्दिक सहानुभूती दाखवत बसत नाहीत, ते नीट ऐकून घेतात, धक्का सोसायला मदत करतात आणि मन शांत व्हावं म्हणून मदत करतात.

खरे यशस्वी लोक स्वतःची इतरांच्या जागी कल्पना करतात. ते इतरांना समजू शकतात.

मला सहानुभूती मुळीच नको आहे
किंवा उपदेशाचे शब्द नको आहेत.
मला फक्त तुमचं समजून घेणं हवं आहे,
तुमच्या डोळ्यातून व्यक्त होणारं.

तुमच्या स्नेह्यांना आणि शेजाऱ्यांना मदतीचा हात देण्याचा प्रयत्न करा. प्रयत्न करा, पण तुम्हाला काही प्रतिसाद मिळाला नाही, तर प्रयत्न बंद करा. **कारण, काही म्हटलं, तरी तुम्ही साळूला कुरवाळू शकता का?**

खंबीर आत्मविश्वास

आपण नेहमी 'मी करू शकेन' ह्या वृत्तीबद्दल ऐकतो. आयुष्यात 'मी करू

शकेन' असा विश्वास असणं, हेच काय ते खरं. स्वत:मधे विश्वास असेल, तर आपल्याला अतूट आत्मविश्वास येतो, त्यातूनच कामाला उत्साहपूर्ण गती येते.

दिखाऊ यशस्वी लोकांनाही ते यशस्वी होणार असा विश्वास असतो, त्यांनाही ते त्यांचं ध्येय गाठतील अशी खात्री असते.

पण तेवढं पुरेसं आहे?

एक लहान मुलगा आशास्पद खेळाडू होता. त्याच्या शाळेतला तो चॅम्पियन होता. वडिलांबरोबर तो बरेच तास सराव करत असे. त्याच्या वडिलांनी त्याला एक घड्याळ बक्षीस दिलं होतं; त्यावर लिहिलं होतं, "तुम्हाला एखादी गोष्ट अतिशय मनापासून हवी असेल, तर तुम्ही ती मिळवू शकता." एकाग्र मन करून आणि पुरा जोर लावून तो पळत असे आणि प्रत्येक वेळी जिंकत असे.

एकदा अनपेक्षितपणे तो हरला. त्याला खूप वाईट वाटलं. त्याला वाटलं, "खूप मेहनत केली, तरी प्रत्येक वेळी मी जिंकेनच, असं नाही!"

आकांक्षा बाळगून आणि मेहनत करून जिंकायला आत्मविश्वास लागतो, पण दिलदारपणे हरायला जास्त आत्मविश्वास लागतो.

खरे यशस्वी लोक सातत्यानं आत्मविश्वास बाळगतात, म्हणून जिंकतात. परंतु तितक्याच आत्मविश्वासानं ते अपयशालाही सामोरे जातात. ते नेहमीच उत्तमाची आशा करतात आणि अत्यंत वाईट परिणामालाही आत्मविश्वासानं तोंड देतात.

तुम्ही जेव्हा निर्भयपणानं अपयशाला तोंड देता,
तुम्ही विवेकी राहून दुःख सहन करता,
तुम्ही दिलदारपणे टीका सहन करता,
तेव्हा तो खरा खंबीर आत्मविश्वास असतो.

यशस्वी होण्यासाठी आत्मविश्वास वाढवा.
अपयश मिळालं तरीही तो कायम ठेवा.

पक्की बांधीलकी

आपल्याला माणसांच्या शब्दांची जरूर असते.
पण सर्वात महत्त्वाची असतात बांधीलकी असणारी माणसं.

खरा यशस्वी माणूस दिलेला शब्द पाळतो. त्याची स्वत:शी आणि इतरांशी बांधीलकी असते. त्याची बांधीलकी परिस्थितीला धरून नसते, स्वत:ला धरून असते.

बांधीलकी म्हणजे तुमचा तुमच्याशी असलेला संबंध.

१८ एप्रिल १९३४ ला जन्मलेला रॉन चन्द्रन डड्ले हा उच्च सरकारी पद भूषवणाऱ्या पहिल्या सिंगापूरस्थित दांपत्याचा एकुलता एक मुलगा होता. वयाची पहिली सोळा वर्षं त्यानं मजेत काढली. सिंगापूरमधल्या रॅफल्स इन्स्टिट्यूटमधल्या उत्तम शैक्षणिक कारकिर्दीनंतर रॉनला वैद्यकीय शिक्षणासाठी इंग्लंडमध्ये प्रवेश मिळाला.

मेंदूच्या शस्त्रक्रियांमध्ये उत्तम शल्यविशारद होण्याचे त्याचे बेत त्याला १९५२मध्ये सोडून द्यावे लागले; कारण फुटबॉलच्या ग्राऊंडवर चुकून डोक्यावर बसलेल्या लाथेनं त्याच्या डोळ्यांना दुखापत झाली आणि पुढील चार वर्षांमधे तो पूर्ण आंधळा झाला. सुरुवातीला तो त्याचे आई-वडील घरातून बाहेर पडेपर्यंत वाट बघायचा आणि मग स्वत:ला सत्य स्वीकारण्यासाठी भाग पाडायला म्हणून 'मी आंधळा आहे', 'मी आंधळा आहे' असं मोठमोठ्यानं ओरडत राहायचा. स्वत:ची कीव करण्यात असे काही दिवस गेल्यानंतर त्यानं स्वत:च्या आयुष्याचं काहीतरी करूनच दाखवेन असा दृढनिश्चय केला.

सिंगापूरच्या अंध व्यक्तींसाठी चालवल्या जाणाऱ्या संस्थेत काम करायला त्यानं सुरुवात केली; आणि लंडन स्कूल ऑफ इकॉनॉमिक्स ह्या विख्यात शिक्षणसंस्थेत Social Anthropology हा विषय घेऊन स्नातक होण्यासाठी नाव नोंदवलं.

त्यानं अभ्यासाची अशी एक पद्धती विकसित केली जेणेकरून अंध विद्यार्थ्यांना घरी राहून प्राथमिक शिक्षण त्या सिंगापूरच्या संस्थेत घेता येईल आणि त्यानंतर हायस्कूलमध्ये इतर मुलांबरोबर अभ्यास करता येईल.

रॉननं केलेल्या कामांपैकी एक मोठं काम म्हणजे Disabled People's

International ही संस्था स्थापन करण्यात त्यानं घेतलेला सहभाग. सल्लामसलत देऊन आत्तापर्यंत हजारो लोकांची आयुष्यं त्यानं बदलली आहेत आणि बांधकामांमधे असणारे आणि इतर अडथळे दूर करून घेण्याचं काम केलं आहे.

(रीडर्स डायजेस्ट ऑगस्ट १९८८)

> **महात्मा गांधी, नेल्सन मंडेला, अब्राहम लिंकन,**
> **बिल गेटस्, स्टीफन हॉकिन्स, फ्लॉरेन्स नाइटिंगेल**
> **ही तुम्हाला नुसती नावं वाटतात?**
> **होय. ती नुसती नावं तर आहेतच, पण तेवढंच नाहीत.**
> **ही बांधीलकीची दुसरी नावंही आहेत.**

आमच्या बांधीलकीनं आमची संस्था **स्वॅश पर्सनॅलिटी डेव्हलपमेंट प्रा. लि.** यशस्वी झाली आणि पुढे दिलेलं आमचं बोधचिन्ह हे सर्जनशीलता आणि बांधीलकी ह्यांचं प्रतीक झालं.

Skills	प्रावीण्य
Wit	चातुर्य
Attitude	वृत्ती
are	ही इथे
Shaped **H**ere	आकार घेतात
SWASH	

विनोद बुद्धी विकसित करा

यशस्वी लोकांची विनोदबुद्धी अतिशय मजेदार असते. ते डोळ्यातून पाणी येईपर्यंत हसतात, आणि त्यांना अगदी मनापासून आनंद होतो तेव्हा आनंदातिशयानं ते रडतातही.

माझ्या मते विनोदामध्ये हसू आणि आसू दोन्ही असतं.

— वॉल्ट डिस्ने

विनोदबुद्धी म्हणजे अधूनमधून चुटके सांगणं नव्हे. ते टिकून राहाण्याचं साधन आहे.

तुम्हाला विनोदबुद्धी नसेल, तर समजच नाही म्हणावं लागेल.

विनोदबुद्धी असणं म्हणजे घटना, प्रसंग, माणसं ह्यांची हलक्या फुलक्या आणि अत्यंत सकारात्मक रीतीनं पारख आणि कौतुक करता येणं.

खरे यशस्वी लोक सकारात्मक रीतीनं कौतुक करतात आणि गंमत, ही गंमतीगंमतीनंच घेतात. ते मनापासून प्रशंसा करतात आणि वातावरणात आनंदी मोकळेपणा आणतात. त्यांचं सकारात्मक वागणं सांसर्गिक असतं आणि त्यामुळं त्यांची विनोदबुद्धी सुगंधासारखी पसरून लोकांनाही सकारात्मक करते. ते कधीही इतरांना हसत नाहीत. पण स्वत:लाच कसं हसावं, हे ते जाणतात आणि त्यामुळं त्यांच्या वागण्यात अतिशय सहजता असते.

लोकांना हसू नका,
लोकांबरोबर हसा.

प्रयत्नांना प्रोत्साहन द्या

माझी खोटी स्तुती केलीत तर मी कदाचित विश्वास ठेवणार नाही.
माझ्यावर टीका केलीत तर मला कदाचित तुम्ही आवडणार नाही.
माझ्याकडे दुर्लक्ष केलंत तर कदाचित मी क्षमा करणार नाही.
मला प्रोत्साहन दिलंत तर मी तुम्हाला विसरणार नाही.

— विल्यम आर्थर वॉर्ड

खरे यशस्वी लोक स्वत:ला आणि इतरांनाही खरं खरं प्रोत्साहन देतात. ते स्वत:ची पाठ थोपटतात, ते इतरांना उत्साहित करतात, पण ते स्वत:चे फाजील लाड कधी करत नाहीत किंवा इतरांचीही खोटी स्तुती करत नाहीत.

आई-वडिलांनी दिलेल्या प्रोत्साहनाची मुलाला अत्यंत गरज असते. पती/पत्नीचं प्रोत्साहन कमाल करून दाखवतं.

मी लहान होते तेव्हा माझ्या आईनं मला पेंटिंग करायला शिकवलं. मी आठ वर्षांची होते, मला ही नवी गोष्ट खूपच आवडली आणि मी भराभर चित्रं काढून रंगवू लागले.

दुपारी मी आमच्या घराच्या बाहेरच्या दाराशी वाट बघत असायची. माझे डॅड घरी यायची ती वेळ होती. ते आले की पहिली दहा मिनिटं तिथे दारातच माझ्या त्या सकाळच्या महान कलाकृतींमधे जायचा.

मी पप्पांची वाट बघायची, कारण ते कल्पनेबाहेर प्रोत्साहन द्यायचे. त्यांचे 'वा वा!!' आणि 'हे फारच छान आहे' चालूच राहायचं.

मी काढलेल्या प्रत्येक छोट्या मांजरावर, झेंड्यावर किंवा निसर्गदृष्यावर ते त्यांचं मत द्यायचे.

त्यांच्या प्रोत्साहनामुळं आणि माझ्या उत्साहामुळं मी माझा पहिला 'संग्रह' आमच्या नातेवाईकांना भेट दिला! (त्यांच्यातल्या काहींना मी दोन वर्षांपूर्वी भेटले आणि ती लहान डोकी आणि मोठी पोटं असलेली छोटी छोटी मांजरं, झाडांहून मोठा सूर्य असलेली निसर्गदृश्यं बघून मला अगदी ओशाळल्यासारखं झालं!)

पण प्रोत्साहन चालू राहिलं आणि त्यामुळं माझं रंगांचं प्रेम वाढत राहिलं.

मी दहा वर्षांची असताना हैद्राबादजवळ गोलकोंड्याला राष्ट्रीय पेंटिग स्पर्धेमध्ये मला पदक मिळालं होतं.

दुसऱ्याचा विचार करायला शिकणं

एकदा भगवान श्रीकृष्णांचा एक मित्र त्यांना भेटायला द्वारकेला आला. श्रीकृष्णांच्या राजवाड्यात आल्यावर त्याला सांगण्यात आलं, की श्रीकृष्ण देवघरात पूजा करत होते. मित्राला आश्चर्य वाटलं. ज्याची स्वत:चीच पूजा इतरांच्या देवघरांमधे होत होती, त्याला पूजा करण्याचं काय महत्त्व?

श्रीकृष्णांचा देव कुठला? मित्राला प्रश्न पडला. स्वत:ची जिज्ञासा पुरी करायला त्यानं आत डोकावून बघितलं आणि त्याला आश्चर्यच वाटलं. कारण त्याला बऱ्याच लहान लहान मूर्ती शेजारी शेजारी ठेवलेल्या दिसल्या. श्रीकृष्ण हात जोडून त्यातल्या प्रत्येक मूर्तीशी बोलत होते.

तेथे सुदामा, अर्जुन, यशोदा, नरसी मेहता, गोप आणि इतर बऱ्याच मूर्ती होत्या.

श्रीकृष्ण प्रत्येकाला विचारत होते, "कसे आहात तुम्ही? मी काय करू तुमच्यासाठी? तुम्ही आनंदात आहात ना?"

खऱ्या यशस्वी लोकांची दुसऱ्याचा विचार करण्याची पद्धत अशी असते. ट्यूबलाइटमधल्या स्टार्टरचं महत्त्व तुम्हाला ठाऊक आहे?

तुम्ही ट्यूबलाईट चालू केलीत आणि मग स्टार्टर काढून घेतला, तर स्विच बंद करेपर्यंत ट्यूबलाईट पेटलेली राहील.

ती एकदा बंद केली, की स्टार्टर लावल्याशिवाय ती पुन्हा चालू करता येणार नाही.

पुष्कळ माणसं आपल्या आयुष्यात स्टार्टरचं काम करतात. त्यांच्याशी संपर्क ठेवणं, त्यांना सांभाळणं आपलं कर्तव्यच असतं, कारण ते नसतील तर आपण पुन्हा कामाला लागू शकणार नाही; आणि त्यांची जरूर नक्कीच केव्हातरी पडेल.

खऱ्या यशस्वी लोकांना प्रत्येकाबद्दल आपलेपणा वाटतो आणि त्यांच्या इतरांचा विचार करण्याच्या स्वभावामुळं ते इतरांपेक्षा वेगळे आहेत असं जाणवतं.

सर्जनशीलता विकसित करा

ह्याचा अर्थ संगीत तयार करा किंवा पुस्तक लिहा किंवा कशाचा तरी शोध लावा, असा नाही.

ह्याचा अर्थ एवढाच, की तुमच्या आयुष्याच्या कुठल्याही एका अंगामध्ये, विधयाक असं, काहीतरी जास्तीचं काम करा.

मला वाटतं सृजन हे मुळात तुमच्या मन:स्थितीतून येतं.

— चार्ली चॅप्लिन

वेगवेगळ्या मन:स्थितीत आपल्या लक्षात भोवतालच्या वेगवेगळ्या गोष्टी येतात, ज्यांचा आपल्या सृजनशक्तींवर परिणाम होतो.

आपली मन:स्थिती खिन्न असेल, तेव्हा आपल्या लक्षात ज्या गोष्टी येतात, त्या आपण आनंदी मन:स्थितीत असताना येत नाहीत. आपल्याला जेव्हा जुन्या आठवणींनी भरून येतं, तेव्हा जुन्या घटनांच्या मागच्या काही भावना लक्षात येऊन असे अर्थ लक्षात येतात, जे आपल्याला पूर्वी कधीच समजले नव्हते.

आपल्या मन:स्थितीवर आपला भरवसा नसतो, कारण ती बदलत असते. परंतु बदलत राहाणारी मन:स्थिती निरोगी आणि सृजनशील व्यक्तिमत्त्वाचं द्योतक आहे. एकाएकी होणारा आनंद किंवा दु:ख ह्यांमुळे कधीतरी खूप मोठं काहीतरी आपण

करून दाखवू शकतो. कारण निर्माण होणाऱ्या भावनांमधून आपण स्वत:बद्दल नवं काहीतरी समजू शकतो आणि आपल्यातल्या सृजनशीलतेला जागं करू शकतो.

**मनुष्य हातांचा वापर करून चित्र रंगवत नाही,
डोक्याचा वापर करून रंगवतो.**

– मायकेल ॲन्जेलो

आम्ही 'स्वाश'ची कल्पना केली, तेव्हा आमच्या मनात जोधपूर हे आमचं शहर होतं. जोधपूरच्या लोकांचे प्रश्न आणि गरजा ह्यांचा विचार करून आम्ही चार आठवड्यांच्या वैशिष्ट्यपूर्ण कार्यशाळेचा आराखडा तयार केला. त्यात मनोवृत्ती, वागणूक आणि लोकांशी होणारी विचारांची देवाणघेवाण ह्यांचा विचार केला होता. तो देशातला अत्यंत वैशिष्ट्यपूर्ण प्रशिक्षण कार्यक्रम होता आणि अजूनही आहे असं आम्हाला वाटतं.

आम्ही संस्था सुरू केली तेव्हा बरेच लोक ह्या कल्पनेला हसत असत आणि ह्या शहरात याचे स्वागत होणार नाही असे म्हणत असत.

एक दिवस आमचे एक स्नेही श्री. नवरतन कंसारा आमच्या ऑफिसमधे आले. आमच्या यशाबद्दल त्यांनी आमचं अभिनंदन केलं.

"तुम्हाला वाटतं, की आम्ही यशस्वी झालो आहोत?" मी सहजच विचारलं.

"लोक जर तुमच्या कल्पना वापरू लागले असतील, लोक जर तुमच्या पद्धतीची नक्कल करू लागले असतील, तर त्याचा अर्थ तुम्ही यशस्वी झाला आहात!" *ते म्हणाले.*

बरेच लोक स्वाशची नक्कल करण्याचा शर्थीचा प्रयत्न करत आहेत.

परंतु नक्कल करणं किंवा एखाद्या लोकप्रिय गाण्यासारखंच दुसरं बनवणं ह्यानं सृजनाचं समाधान मिळत नाही. वास्तविक त्यामुळं तुमची स्वत:ची कुवत जास्तीत जास्त प्रमाणात वापरणं हे तुम्ही करू शकत नाही.

**कधीही नक्कल करू नका.
नेहमी स्वत:चं सृजन करा.**

आणि अखेरीस

हे पुस्तक पूर्ण करण्याची वेळ आता आली आहे. आणि तुम्ही नव्यानं सुरुवात करण्याचीही वेळ आली आहे. तुमच्या मनामधे कुठे कुठे छिद्र आहेत ते बघून ती नीट शिवून टाकण्याची वेळ आली आहे. तुमची स्वभाववैशिष्ट्यं आता लिहून काढण्याची वेळ आली आहे; आणि काय बदल करणं जरूर आहे आणि ते कशा पद्धतीनं करावं, तेही. स्वत:साठी एका दृष्टिक्षेपात बघता येईल असं पुढं दिलं आहे तसं कोष्टक तयार करा :-

माझी स्वभाववैशिष्ट्यं	काय बदलणं जरूर आहे?	मी माझ्यात बदल कसा घडवून आणणार आहे?

आमची खात्री आहे,
की जेव्हा, तुम्ही हे पुस्तक वाचून संपवाल,
तेव्हा तुम्ही पूर्वीपेक्षा जास्त चांगले 'तुम्ही' असाल.
ते बदल,
टिकवून ठेवा प्रिय मित्रांनो,
तुमच्या पुढील आयुष्यासाठी

चला!

उठा,

कामाला लागा...

पसरला होता. डावीकडे कापसाची झाडंही पूर्ण वाढून उभी होती. आतून रेडिओचा आवाज ऐकू येत होता. बाहेरच्या दारापाशी काळिंगाचा मुलगा रंगीत घोड्यावर बसून खेळत होता. ट्रॅक्टरच्या शेडपाशी आणखी एक पत्र्याची शेड उभी राहिली होती. त्या शेडच्या दारात मध्यम वयाची एक मुसलमान बाई उभी होती. ती जमालची बायको असावी हे वेंकटरमणाच्या लक्षात आलं. त्याच्या बाजूला एक जाळीचं खुराडं होतं. त्यात देशी कोंबड्या पाळल्या होत्या.

सुमारे वर्षानंतर घरी आलेल्या वेंकटरमणाचं काळिंगानं मनापासून स्वागत केलं. सोवळ्यात असल्यामुळे वेंकटरमणा लाकडी खुर्चीवर बसला. काळिंगानं विचारलं, 'नाहीतरी देवळातूनच आलास! प्रसाद का आणला नाहीस?'

वेंकटरमणानं काहीच उत्तर दिलं नाही. आतून आलेली हिल्डा म्हणाली, 'त्या दिवशी तुम्ही तो लिंबाचा भात दिला होता ना, फारच रुचकर होता! तसा घरी करावा म्हणून मी जमालच्या बायकोला विचारून केलाही! पण तीच म्हणाली, तुम्ही दिलेल्या भातात आणि तिनं सांगितलेल्या पद्धतीत फरक आहे, म्हणून!...शिवाय तुम्ही घालत नसलेला एक पदार्थ आम्ही वापरतो ना!...'

काळिंगा मध्येच म्हणाला, 'डार्लिंग! तो आत्ता पूजा करून सोवळ्यानं आलाय! तू मागचा-पुढचा विचार न करता बोलून मोकळी होतेस; मग तो उठून बाहेर निघून गेल्याशिवाय राहणार नाही!'

इथं आल्या-आल्या कसलासा वास नाकाला झोंबत असल्याचं वेंकटरमणालाही जाणवत होतंच. तो कसला वास याचा खुलासा झाल्यावर त्याला खरोखरच तिथं बसायची इच्छा झाली नाही. तो उठत म्हणाला, 'मी इथं बसायला आलो नाही. तुम्हीच देवस्थानाच्या पायऱ्यांवर या म्हणून सांगायला आलोय.'

काळिंगाला सगळा खुलासा झाला. त्यानं वेंकटरमणाला फार आग्रह केला नाही. त्यानं सांगितलं, 'तू पुढं हो. आम्ही आलोच दहा मिनिटात!...'

वेंकटरमणा बाहेर आला. वर चढून येताना त्यानं दोन्ही बाजूंना माजलेल्या तंबाखूचं पुन्हा निरीक्षण केलं. त्या एकेका रोपाचं पान जाड आणि केळीच्या पानाएवढं रुंद होतं. प्रत्येक रोपात काही नाही म्हटलं तरी वीस-बावीस पानं होती. त्यानं मागं तंबाखूची रोपं पाहिली असली तरी एवढ्या जोरकसपणे वाढलेलं पीक पाहिलं नव्हतं. त्यालाही शेतीचा अनुभव असल्यामुळे, यात किती हजाराचा फायदा येईल याचा विचार करत तो पुष्करणीजवळचा चढ चढून वर आला. देवळापाशी येईपर्यंत त्याला भूक जाणवू लागली होती. देवळात ठेवलेली प्रसादाची मुगाची उसळ खायची इच्छा झाली, तरी त्याच्या नाकात अजूनही फार्महाऊसमधला वास भरला असल्यामुळे त्याला खायची वासना झाली नाही.

अर्धाएक तासात तिथं काळिंग आणि हिल्डा आले. आल्या-आल्या काळिंगा पुन्हा म्हणाला, 'सॉरी वेंकटरमणा! हिला तुझी कसलीच पार्श्वभूमी ठाऊक नाही ना! काहीही विचार न करता काहीतरी बोलून मोकळी होते! तिथं न बसता तुला इथं निघून यावं लागलं!'

'घरापेक्षा देवळाचं आवार केव्हाही चांगलंच ना!'

'पण मी म्हणते, मांसाहार म्हटल्यावर तुम्ही का एवढं नाक मुरडता?' हिल्डानं विचारलं.

काळिंगा मध्येच म्हणाला, 'तू सुरुवातीलाच का असले गंभीर प्रश्न उपस्थित करतेस? इतर कुठलातरी हलकफुलका विषय नाही का सुचला तुला?'

'विचारू दे ना! त्यात काय चुकलं?' वेंकटरमणा म्हणाला.

'हे बघ हिल्डा! वाद-विवाद घालायचं त्याला अजिबात भय नाही! त्यानं दहा वर्षं संस्कृतमध्ये वेदांचा अभ्यास केलाय! त्या बाबतीत तुझं ज्ञान अतिशय तुटपुंजं आहे! चर्चा करताना कदाचित त्याला इंग्लिशची थोडीफार अडचण येईल, इतकंच!'

'मी काही त्यांना निरुत्तर करायचं म्हणून बोलत नाहीये! त्यांना ठाऊक आहे ते मला त्यांनी समजावून सांगावं इतकंच! आणि तू म्हणतोस तशी इंग्लिशची अडचण आलीच तर तू आहेस ना!'

या बोलण्यानं वेंकटरमणा थोडा सुखावला. मैसूरच्या पाठशालेत शिकत असतानाचा कालखंड त्याला आठवला. तो म्हणाला, 'मांसाहार म्हणजे प्राणीहिंसा नाही का?'

'हा हिंसेचा प्रश्न नाही! प्राणी मनुष्याच्या आहारासाठीच असतात, नाही का? असं समजण्यात धर्माच्या दृष्टीनंही काही गैर नाही!'

'कुठल्या धर्मात असं सांगितलंय?'

'तुमचा धर्म मला ठाऊक नाही. आमच्या ख्रिश्चन धर्मात आम्ही असंच मानतो. मानवाला जसा आत्मा असतो तसा प्राण्याला नसतो.'

'तर मग तुमच्या धर्माचं हे मानणं चुकीचं आहे! या जगात असलेल्या सगळ्या प्राण्यांना आत्मा आहे. देवाच्या या जगात कुणीही कुणासाठी जन्मलं नाही! सगळ्यांत मनुष्यप्राणी श्रेष्ठ आहे, असं म्हणणंही चुकीचं आहे!'

आता काळिंगा म्हणाला, 'असं कसं म्हणतोस? मागं तूच कधीतरी सांगत होतास, सगळ्यांमध्ये मानवजन्म श्रेष्ठ म्हणून?'

'श्रेष्ठ म्हणजे काय? इतर प्राण्यांना नसलेली विज्ञानशक्ती त्याच्याकडे आहे. चांगलं आणि वाईट हा भेद समजायची त्याच्याकडे कुवत आहे. या दृष्टीनं मानव श्रेष्ठ आहे. पण म्हणून त्यानं इतर प्राण्यांना मारून खावं, असं नाही! कनिष्ठांना स्वाहा करणं हे श्रेष्ठतेचं लक्षण काय?'